नव्या सहस्त्रकाचे नवे विज्ञान

डॉ. जयंत नारळीकर

सकाळ प्रकाशन

सकाळ प्रकाशन

Navya Sahasrakache Nave Vidnyan

नव्या सहस्रकाचे नवे विज्ञान

लेखक : डॉ. जयंत नारळीकर

प्रथम आवृत्ती : मे २०१८

मुखपृष्ठ : किरणकुमार पवार, पुणे

मांडणी : यशोधन लोवलेकर

प्रकाशक : सकाळ मीडिया प्रा. लि.
५९५, बुधवार पेठ,
पुणे - ४११ ००२

ISBN : 978-93-87408-06-7

संपर्क : ०२०-२४४० ५६७७/८८८८८ ४९०५०
sakalprakashan@esakal.com

मनोगत

संस्कृतमध्ये एक सुभाषित आहे :

प्रत्यहं प्रत्यवेक्षेत नरश्चरितमात्मनः ।
किं नु मे पशुभिस्तुल्यं किं नु सत्पुरुषैरिति ।।

माणसाने रोज आपले आचरण तपासून ते पशूप्रमाणे होते की सत्पुरुषाप्रमाणे हे पाहावे. याच न्यायाने समाजानेही आत्मपरीक्षण करत राहावे. त्यासाठी मोठा कालखंड निवडणे अधिक योग्य. दहा वर्षे, पंचवीस वर्षे, पन्नास वर्षे, असे हे कालखंड असू शकतात. त्यात शतकाला विशेष महत्त्व आहे. 'जीवेत् शरदः शतम्' हा आशीर्वाद देऊन एखाद्या व्यक्तीला शतायुषी होण्याची शुभेच्छा व्यक्त केली जाते. तसे समाजाने शंभर वर्षांच्या कालखंडाचा टप्पा निवडल्यास वावगे ठरू नये. एकविसाव्या शतकात वावरताना भूतकाळाबरोबर भविष्यकाळाकडेही विज्ञानाधिष्ठित दृष्टिकोनातून पाहण्याचा हा प्रयत्न.

प्रख्यात विज्ञानकथाकार एच.जी. वेल्स यांनी 'टाइम मशीन' म्हणून एक कथा लिहिली होती. त्यात एक शास्त्रज्ञ असे यंत्र तयार करतो, की ज्याद्वारे त्याला वर्तमानकाळातून भूतकाळाकडे किंवा भविष्यकाळाकडे ये-जा करता येत असे. येथे आपणही अशाच पण काल्पनिक टाइम मशीनच्या आधारे पृथ्वीतलावरील मानवी संस्कृतीचे त्रिकाल दर्शन घेण्याचा उपक्रम करणार आहोत. पृथ्वीवर मानवी संस्कृती जन्माला येऊन हजारो वर्षे झाली. त्या कालखंडात मानव अनेक टप्प्यांतून गेला. त्याच्यावर अनेक संकटे आली - काही नैसर्गिक, तर काही अनैसर्गिक. त्यांतून स्वतःचा बचाव आणि संवर्धन त्याने कसे केले असावे? हे

करताना त्याला विज्ञानाचे शस्त्र केव्हातरी गवसले. याचा उपयोग किंवा दुरुपयोग त्याने कसा केला, हे शोधण्याचा या उपक्रमाचा उद्देश आहे.

इतिहास हा घडलेल्या घटनांची नोंद ठेवतो. परंतु प्रथमदर्शनी आपली अपेक्षा असते, तितक्या प्रमाणात सत्यपरिस्थितीचे दर्शन आपल्याला इतिहासाकडून मिळतेच, असे नाही. रस्त्यावर कालपरवा झालेल्या अपघाताबद्दलही सर्व बघ्यांचे बरेच वेळा एकमत नसते. चारशे-पाचशे वर्षांपूर्वी घडलेल्या घटनांचा अभ्यास करताना तर त्याहूनही कमी माहितीची साधने उपलब्ध असतात. त्या काळच्या मुद्दाम ठेवलेल्या नोंदी, कागदपत्रे, काही उरलेले अवशेष इत्यादींच्या आधारे आपण इतिहास तयार करतो. पण बरेचसे पुरावे संबंधित व्यक्तींवर अवलंबून असतात. त्यांनी केलेल्या नोंदी कितपत विश्वासार्ह समजायच्या? आपल्याच देशाचा १९४७ नंतरचा इतिहास लिहायचा म्हटले, तरी त्यात वेगवेगळ्या घटनांचे आणि व्यक्तींचे चित्रण कसे करायचे हे तो इतिहास कोण लिहितो यावर बरेचसे अवलंबून राहील. जर अगदी अलीकडल्या काळाबद्दल ही परिस्थिती, तर शेकडो-हजारो वर्षांपूर्वीच्या इतिहासावरून काही निष्कर्ष काढताना आपण काळजीच घेतली पाहिजे.

सुदैवाने मी ज्या विषयाबद्दल लिहिणार आहे, तो विषय इतिहासाच्या बारीकसारीक घटनांवर अवलंबून नाही! अमुक लढाईत हार व्हायला मुख्य कारण हे की ते? तमुक राजा खरोखर चांगला होता की वाईट? फलाणी घटना खरोखर घडली की नाही? असल्या ऐतिहासिक वादांना बाजूला ठेवून फक्त ढोबळ अर्थाने मी इतिहासाकडे नजर टाकणार आहे. तरीसुद्धा दोन हजार वर्षांपलीकडे गेल्यावर वादातीत भाग बराच कमी आहे, याचीही मला जाणीव आहे.

- जयंत नारळीकर

अनुक्रमणिका

१.

जीवसृष्टीचे कोडे

मंगळावर जी व्हायकिंग याने पाठवण्यात आली, त्यांतील शास्त्रीय प्रयोगांमध्ये एका प्रयोगाचे उद्दिष्ट होते 'मंगळवार जीवसृष्टी आहे का याची शहानिशा करणे'. जीवसृष्टी असल्याचे पुरावे या प्रयोगात सापडले नाहीत. सौरमालेत मंगळ हा ग्रह पृथ्वीचा शेजारी असून अनेक बाबतींत त्याचे पृथ्वीशी साम्य आहे. म्हणून मंगळावर जीवसृष्टी सापडल्यास, कदाचित पृथ्वीवर जीवसृष्टी कशी आली? या प्रश्नाचे उत्तर मिळण्यास मदत होईल, असे काही शास्त्रज्ञांना वाटत होते.

पृथ्वीवर जीवसृष्टी कशी आली, हे विज्ञानाला अद्याप न सुटलेले कोडे आहे. खुद्द पृथ्वीची निर्मिती होऊन सुमारे ४५० कोटी वर्षे झाली, असा खगोलशास्त्रज्ञांचा अंदाज आहे. परंतु पृथ्वीची निर्मिती होऊन लगेच जीवसृष्टी झाली असे म्हणता येणार नाही! आणि पृथ्वीच्या वयोमानाप्रमाणे मानवाची निर्मिती अगदी अलीकडच्या काळात - म्हणजे गेल्या पाच लाख वर्षांतच - झाली असावी, असा शास्त्रज्ञांचा तर्क आहे. जीवसृष्टीला पोषक अशी नैसर्गिक परिस्थिती निर्माण होणे आवश्यक होते. तरीपण अशी पोषक स्थिती निर्माण झाल्यावरसुद्धा खुद्द जीवनिर्मिती कशी झाली?

गेल्या दोन दशकांतले जीवशास्त्रातले मूलभूत संशोधन असे दर्शविते, की पृथ्वीवरील बहुतेक सर्व प्रकारच्या जीवांच्या मुळाशी डीएनएचा रेणू असतो. यात वेगवेगळ्या मूळ तत्त्वांची एका विशिष्ट तऱ्हेने जुळणी झालेली असते. हा आकृतिबंध निसर्गात कसा तयार झाला? या आकृतिबंधातले काही लहान घटक आपल्या आकाशगंगेतील असंख्य ताऱ्यांमधल्या विस्तीर्ण प्रदेशाचे अवलोकन करताना खगोलशास्त्रज्ञांना आढळून येत आहेत. त्यामुळे पृथ्वीखेरीज इतरत्रदेखील जीवसृष्टी-निर्मितीचे काम चालू आहे का, असा प्रश्न सध्या शास्त्रज्ञांपुढे आहे.

जीवसृष्टीला पोषक परिस्थिती पृथ्वीवर निर्माण होण्याला दोन वस्तू कारणीभूत झाल्या. एक म्हणजे ज्याच्याभोवती पृथ्वी घिरट्या घालते तो सूर्य.

सूर्यप्रकाशाचे, त्यातून मिळणाऱ्या उष्णतेचे आणि त्यामुळे घडणाऱ्या रासायनिक प्रक्रियेचे जीवसृष्टीच्या दृष्टीने फार महत्त्व आहे. त्या शिवाय पृथ्वीवर जीवसृष्टीची निर्मिती होऊच शकली नसती. पण सूर्यप्रकाश एका ठरावीक प्रमाणातच पाहिजे. त्यात थोडेफार कमीजास्त झाले, की वाजलाच इथल्या जीवसृष्टीचा बोऱ्या!

सूर्यातही कालमानाप्रमाणे कमी-जास्त फरक होतात. त्याचे तापमान कमी होत चालले आहे का? पृथ्वीच्या निर्मितीच्या वेळी ते सध्यापेक्षा बरेच जास्त असल्यास तो ठराविक तापमानापर्यंत 'थंड' झाल्यावरच इथे जीवसृष्टीला पोषक परिस्थिती आली असणार.

दुसरी पोषक गोष्ट म्हणजे पृथ्वीभोवतालचे वायुमंडळ (Atmosphere). त्यामुळे अंतराळातली संहारक क्ष-किरणे आणि अतिनील किरणे वाटेतच रोखली जातात आणि आपला बचाव होतो. या वायुमंडळात ढवळाढवळ झाल्यास जीवसृष्टीला धोका पोचण्याची शक्यता आहे.

सांगण्याचे तात्पर्य इतकेच, की जीवसृष्टीचा उद्‌गम आणि तिची वाढ ही बरीचशी नैसर्गिक परिस्थितीवर अवलंबून असते. या नैसर्गिक परिस्थितीवर थोडासा मानवी प्रभाव पडू शकतो. कसा ते आपण पुढे पाहू. परंतु अशी अनेक कारणे आहेत, की ज्यामुळे जीवसृष्टीला पोषक परिस्थितीचा समतोल बिघडतो. 'हिमयुग' म्हणजे पृथ्वीवरील एकंदर तापमानात बरीच घट हे त्यातले एक उदाहरण आहे. अशा हिमयुगांमुळे जीवसृष्टी अनेकदा संपूर्ण नष्ट झाली आणि पुन्हा उद्‌भवली का? किंवा ती अशा आपत्तीतून थोडीफार बचावली आणि तिची पुन्हा वाढ सुरू झाली? या प्रश्नांची खात्रीलायक उत्तरे अजून तरी उपलब्ध नाहीत!

मानवाची उत्पत्ती

जीवसृष्टीला सुरुवात झाली असणार लहान जीवापासून - म्हणजे जीवाणूपासून असे गृहीत धरले, तर पुढचा प्रश्न उद्भवतो की, मानव केव्हा अवतीर्ण झाला? मानवाची घडण अकस्मात झाली की क्रमाक्रमाने?

या संदर्भात आपल्या भागवतात एक सुंदर श्लोक आढळतो :

सृष्ट्वा पुराणि विविधानि अजयात्मशक्त्या ।
वृक्षान् सरिसृपपशून्खगमत्स्यदंशान् ।
तैस्तैरतुष्टहृदयः पुरुषं विधाय
ब्रह्मावलोकविषणं मुदमाप देवाः ।।

वृक्ष, लता, फुले, फळे, पशू, सरपटणारे प्राणी, मासे, कीटक इत्यादी तयार करूनही परमेश्वरास समाधान वाटले नाही. मग परमेश्वराने माणूस तयार केला - ज्याच्याकडे 'ब्रह्म' समजून घेण्याची बुद्धी होती असा - आणि मग परमेश्वरास समाधान वाटले.

इतर धर्मांतसुद्धा देवाच्या दृष्टीने सर्व प्राण्यांत मानवाचे श्रेष्ठत्त्व सांगण्यात आले आहे. 'God created Man in his own image', अशा आशयाचे उतारे सापडतात. अर्थात हे सर्व संदर्भ मानवनिर्मित असल्याने हा आत्मप्रौढीचा नमुनादेखील म्हणता येईल. 'प्राण्यांकडे साधारणपणे सारासार विचार करायची शक्ती नसते. माणसात ती असते. 'Man is a rational animal' ही उक्ती तेच दर्शवित नाही का? पण ही उक्तीही मानवनिर्मित आहे, हे जाता जाता नमूद केले पाहिजे!

चार्ल्स डार्विन

गेल्या शतकात मानवी अहंकाराला तडा देणारी एक कल्पना चार्ल्स डार्विन या प्राणिशास्त्रज्ञाने मांडली. मानवाची रचना खास परमेश्वराने केली नसून, तो जीवसृष्टीत क्रमाक्रमाने घडणाऱ्या बदलांमुळे अवतीर्ण झाला. त्याचे पूर्वज - म्हणजे या क्रमात त्याच्या पूर्वीचे प्राणी - म्हणजे माकडे होती! माकडांत हळूहळू बदल घडत गेले आणि त्यातून मानवाची निर्मिती झाली. अर्थात हा बदल घडून यायला लाखो वर्षे लागली.

डार्विनच्या सिद्धान्ताला पुष्कळ विरोध झाला - शास्त्रज्ञांपासून ते धर्ममार्तंडांपर्यंत सर्वांकडून.

निसर्गात घडणाऱ्या बदलांमुळे त्यातील जीवांत बदल झाले. जे जीव नैसर्गिक आपत्तींना तोंड देऊ शकले नाहीत त्यांची जात हळूहळू खालसा झाली. अशा

क्रमाने पूर्वी 'डायनोसॉर'सारखे मोठे जीव खलास झाले. त्याऐवजी तत्कालीन परिस्थितीशी जुळवून घेणारे वेगळ्या तऱ्हेचे जीव तयार झाले. आणि हे बदल अजूनही घडत आहेत...

डार्विनच्या सिद्धान्तानुसार पृथ्वीवर आज दिसणारी जीवसृष्टी पृथ्वीवरच तयार झाली आणि मूलपेशी ही जीवाणू आदी 'साध्या-सुटसुटीत' रूपांतून अधिक परिष्कृत, परिपक्व आणि जटिल होत होत सद्य:स्वरूपात आली. आजही या सिद्धान्ताला विरोधक आहेत. अमेरिकेसारख्या प्रगत म्हणवणाऱ्या देशातही 'बायबल बेल्ट' म्हणवणाऱ्या राज्यांत शालेय पुस्तकांत डार्विनच्या सिद्धान्तावर बंदी येत-जात असते, कारण हा सिद्धान्त बायबलप्रणीत जीवसृष्टीच्या वर्णनाशी जुळत नाही!

परंतु वैज्ञानिक पातळीवरदेखील या सिद्धान्ताचे विरोधक आहेत. जीवसृष्टीचा उगम मुळात पृथ्वीवर झाला नसून बाहेरून 'पेरलेल्या' जीवाणूतून झाला, अशी कल्पना आज जोर पकडत आहे. तिची चर्चा पुढे येईलच. आता आपण मानवी संस्कृतीच्या ज्ञात आदिकालाकडे वळू.

मानवी संस्कृतीचा प्रारंभ

पृथ्वीचे वयोमान ४५० कोटी वर्षे धरले आणि हा कालखंड संकुचित करून २४ तासांत बसवला, तर उपलब्ध मानवी इतिहास शेवटच्या दहा सेकंदांत बसेल! या कालखंडात आदिमानवाने सुमारे ३० हजार वर्षे शिकार करून पोट

भरण्यात घालवली असावीत. म्हणजे निसर्गदत्त देणगीवर समाधान मानून त्याची दिनचर्या चाले. या बाबतीत त्याच्यात आणि इतर जनावरांत काही फरक नव्हता, असे म्हणण्यास हरकत नाही. ही परिस्थिती केव्हा संपली? ज्या वेळी मानवाला पहिला महत्त्वाचा शास्त्रीय शोध लागला: मानवाला शेतीचे ज्ञान झाले!

जमिनीत बिया पेरून अन्नोत्पादन करता येते; त्याकरिता काही भूभाग नैसर्गिकरित्या उपयोगी असतो, तर काही भागात नदीचे पाणी आणून तो उपयुक्त

बनवता येतो, अन्नोत्पादन करताना ऋतूंचे महत्त्व असते, इत्यादी माहिती त्याला मिळत गेली. मानवी जीवनसंघर्षात विज्ञानाने घडवून आणलेली ही पहिली महत्त्वाची क्रांती! निसर्ग देईल ते नुसते घेऊन समाधान मानायचे यापलीकडील ही पायरी होती. निसर्गाबरोबर तडजोड करून, त्याच्याशी देवाणघेवाण करून जीवितार्थ चालवायला मानवाने सुरुवात केली होती.

तैग्रिस, युफ्रेटिस, नाईल, सिंधू इत्यादी नद्यांचा फायदा घेऊन आसपासचा भूभाग शेतीयोग्य करण्याचे काम मानवाने केले. अशा ठिकाणी मानवी संस्कृतीची वाढ होऊ लागली. शेतीतून मिळालेले धान्य साठवणे, जमिनीची जोपासना करणे, बी-बियाणे योग्य वेळी पेरणे इत्यादी कामांसाठी यंत्रणा उभारण्यात आल्या. आणि शेती सफल व्हावी याकरिता मानवाला जमिनीखेरीज आकाशाकडे पाहावे लागले. खगोलशास्त्र ही विज्ञानाची आद्य शाखा या गरजेतून निर्माण झाली! गरज होती शेतीचे कालचक्र ठरवण्याची.

मानवी जीवनात दोन प्रकारे कालमापन करण्यात येते - एक सूर्याच्या मदतीने आणि एक चंद्राच्या. सूर्याचा उपयोग त्यातही दोन प्रकारे होतो. एक, दिवस-रात्र यांची लांबी ठरवायला आणि दुसरा, वर्षाचा कालखंड निश्चित करायला. यांपैकी पहिल्याची माहिती मानवाला त्याच्या दिनचर्येवरून झाली. त्याचे शरीरधर्म- झोप, जेवणखाण इत्यादी - दिवस-रात्रीवर अवलंबून असतात. पण 'वर्ष' या कालखंडाची माहिती त्याला शेती सुरू केल्यापासून अधिक उपयोगाची वाटली. शिवाय, या दोन कालखंडांच्या दरम्यानचा तीस दिवसांचा कालखंड चंद्राकडून मिळाला. या बाबतीत पृथ्वी आणि तिच्या शेजारच्या ग्रहांची तुलना केल्यास हे पृथ्वीवरचे कालखंड मानवी जीवनाच्या किती अंगवळणी पडले आहेत याची कल्पना येईल.

बुधावरचे एक वर्ष पृथ्वीच्या ८८ दिवसांइतके तर त्यावरील एक दिवस हा पृथ्वीच्या ५९ दिवसांइतका असतो. शुक्र ग्रहावरचा दिवस पृथ्वीवरच्या २४३ दिवसांइतका तर त्याचे वर्ष त्याहून लहान म्हणजे पृथ्वीवरच्या २२५ दिवसांइतके असते! जर या ग्रहांवर जीवसृष्टी वाढली असती, तर तिथल्या जीवांचा 'जीवनक्रम' नक्कीच पुष्कळ वेगळा झाला असता!

परंतु मानव, सूर्य आणि चंद्र यांच्यावरच समाधान मानून राहिला नाही. आकाशातले इतर देदीप्यमान तारे, नक्षत्रे आणि ग्रह यांच्या गतीवर पाळत ठेवून त्याने त्यांचाही ऋतुचक्राशी संबंध जोडला. ग्रहांच्या, ताऱ्यांच्या व दिशांच्या नोंदी पूर्वीच्या काही संस्कृतींत आढळतात. अशा तऱ्हेने मानवाच्या जीवनसंघर्षाला उपयोगी पडणारी माहिती देणारे शास्त्र म्हणून खगोलशास्त्राचा जन्म झाला. परंतु नुसती माहिती मिळवून मानव स्वस्थ बसला नाही.

विज्ञान आणि अंधश्रद्धा

विज्ञानाचे दोन प्रकार असतात. त्यातून मानवाची दोन उद्दिष्टे सूचित होतात. त्यांपैकी एक भाग असतो मूलभूत संशोधनाचा. आपल्या सभोवती ज्या नैसर्गिक घटना घडत असतात त्यामागे असलेली प्रेरक शक्ती कोणती? प्रथमदर्शनी वाटणारे चमत्कार किंचित खोलात शिरल्यावर आणि त्यांची कारणे शोधून काढणे शक्य झाल्यास आश्चर्यकारक वाटत नाहीत. एखाद्या जादूगाराने जादू करून दाखवली, की आपल्या मनात विचार येतो - यामागे कोणती 'ट्रिक' असेल? अशीच जिज्ञासा मानवाला नैसर्गिक गूढे उकलण्यास प्रेरित करते आणि याच जिज्ञासेतून 'शुद्ध विज्ञान' (Pure science) जोपासले जाते.

या जिज्ञासेशिवाय मानवाची एक स्वार्थी भावनाही त्याला विज्ञानाकडे प्रेरित करते : 'या नैसर्गिक घटनांचा आपल्याला कसा फायदा करून घेता येईल?' जरी एखाद्या नैसर्गिक चमत्काराचा पुरता उलगडा झाला नाही, तरी त्याचा फायदा मानवाने जीवनात करून घेतला. मी वर सांगितलेले शेतीचेच उदाहरण पाहा. पृथ्वीवर वनस्पती कशी उगवते, वाढते हे पाहूनच मानवाने स्वत: झाडे लावायचा प्रयत्न केला असणार आणि त्यातून त्याला शेतीचे ज्ञान झाले. वनस्पतीची वाढ कशी होते, त्यामागे रासायनिक प्रक्रिया कशा होतात याची काही त्याला समूळ माहिती नव्हती. (अजूनही सजीव सृष्टीतली अनेक गुढे मानवाला उकललेली नाहीत!) हा झाला विज्ञानाचा उपयोगी प्रकार (Applied Science).

जिज्ञासा आणि स्वार्थ हे म्हटले तर सदुपयोगी किंवा गैरवापर केल्यास दुरुपयोगी गुण आहेत. विज्ञानाच्या बाबतीत त्यांचा वेळोवेळी अनुभव आलेला आहे. त्यांची चर्चा मी पुढे करेनच. पण या दोन्ही गुणांमुळे विज्ञानाची प्रगती झाली यात शंका नाही. आणि त्यांचा मानवी जीवनसंघर्षावर मोठा परिणाम झाला, हेही तितकेच खरे.

परंतु नैसर्गिक चमत्कारामुळे आणखी एक भावना मानवी मेंदूत घर करून राहिली. ती म्हणजे अंधश्रद्धेची! ज्या नैसर्गिक चमत्कारांचा उलगडा होऊ शकला नाही, त्याबाबत स्वत:चे समाधान मानवाने कसे करून घेतले? त्या चमत्कारामागे

अतिनैसर्गिक (Supernatural) शक्ती काम करत असावी, असा मानवाने तर्क केला. हा प्रकार खगोलशास्त्राच्या बाबतीत प्रकर्षाने दिसून येतो.

भरदिवसा चमकणारा सूर्य, रात्री चमकणारे चंद्र आणि तारे, मधून मधून येणारे धूमकेतू, उल्कापात इत्यादी प्रकार पाहून मानवाने या चमत्कारांचा अर्थ लावायचा प्रयत्न केला, परंतु त्याची वैज्ञानिक माहिती त्यासाठी अपुरी ठरली. 'न सुटलेले प्रश्न' म्हणून ते बाजूला काढून ठेवण्यात त्याला समाधान वाटले नसावे, म्हणून या प्रकारामागे दैवी शक्ती काम करते, असा त्याला एक तर्क करावासा वाटला असणार आणि त्यातून - एके काळच्या तर्कापासून - हळूहळू 'हे असेच असले पाहिजे' अशा निश्चयात्मक भावनेत रूपांतरित झाले असणार.

सूर्य पूर्वेला उगवतो आणि पश्चिमेला अस्तास जातो. तो पुन्हा पूर्वेकडे कसा येतो? जुन्या इजिप्शियन संस्कृतीत या प्रश्नाचे उत्तर सूर्यदेव पश्चिमेस अस्त झाल्यावर एका नावेत बसून क्षितिजाखालून पूर्वेकडे जातात आणि तेथून परत सकाळी वर येतात, असे दिले गेले. आज आपण हा तर्क हास्यास्पद समजू, कारण खगोलशास्त्राने या प्रश्नाचे विज्ञाननिष्ठ उत्तर दिले आहे.

पण काही प्रश्नांना पुरातन काळातील माणसांनी दिलेली हास्यास्पद उत्तरे अजूनही आपल्यापैकी बरेच जण प्रमाण मानतात, ही दुर्दैवाची गोष्ट नव्हे काय? उदाहरणार्थ, तारकांच्या आकाशातल्या जागा बदलतात, हे मानवांना त्यांच्या पुरातन संस्कृतीत शेतीसाठी केलेल्या अवलोकनातून ज्ञात झाले.

> बहुसंख्य तारका नियमित कक्षेत फिरतात, तर काही थोड्या तारका अनियमित प्रकारे फिरतात, हे त्यांना दिसून आले. दुसऱ्या प्रकारच्या तारकांना ग्रीक संस्कृतीत Planets (स्वैराचारी) असे नाव दिले गेले. आपण त्यांना 'ग्रह' म्हणतो. बुध, गुरु, मंगळ इत्यादी ग्रह हवे तसे फिरतात म्हणजे त्यांत एक वेगळे सामर्थ्य, एक दैवी शक्ती वास करत असेल, असा तर्क करण्यात आला. पुढे याचे पूर्ण विश्वासात रूपांतर झाले. इतकेच नव्हे, हे ग्रह दुरून मानवी भवितव्यावर प्रभाव टाकू शकतात ही भावना निर्माण झाली. ही भावना निर्माण होण्यासाठी कोणते विशिष्ट पुरावे मानवाला सापडले याची कुठेही नोंद नाही. आजकालच्या वैज्ञानिकांना त्यांनी त्या बाबतीत केलेल्या निरीक्षणातून वा तपासणीतून कसलाही पुरावा मिळालेला नाही. उलट ग्रह हे मुळात स्वैराचारी नसून सूर्याच्या गुरुत्वाकर्षणाखाली फिरतात, हे सिद्ध झाले आहे.

गॅलिलिओ, केप्लर, न्यूटन आणि अलीकडच्या काळात आइनस्टाइन अशा वैज्ञानिकांनी गती आणि गुरुत्वाकर्षणाच्या नियमांची इतकी काटेकोरपणे मीमांसा केली आहे आणि निरीक्षणांनी अतिशय बारकाईने त्या नियमांची तपासणी केली आहे, की कुठला ग्रह (किंवा त्याचा उपग्रह) केव्हा कुठे असेल हे बिनचूक सांगता येते. आणि अशाच नियमांवर आधारलेल्या आजच्या अंतराळ-तंत्रज्ञानाने मंगळयानासारखे यान पृथ्वीवरून मंगळाकडे पूर्वनियोजित कक्षेत यशस्वीरीत्या पाठवले आहे.

अशा नव्याने मिळत जाणाऱ्या माहितीप्रमाणे आपले पूर्वग्रह बदलून वास्तवाची दखल घेणे आवश्यक ठरले आहे. ही संघर्षाची स्थिती मानवसंस्कृतीच्या इतिहासात पूर्वीसुद्धा वेळोवेळी उद्भवलेली आहे. अशा संघर्षातूनच संस्कृतीचा विकास होतो. या विकासाच्या प्रक्रियेवर एक दृष्टिक्षेप टाकू या.

पुरातन संस्कृतींचा विकास कशामुळे झाला?

आपल्या प्रसिद्ध पुस्तकात - A Study of History मध्ये - डॉ. आर्नोल्ड टॉइन्बी यांनी वरील प्रश्नांची सविस्तर चर्चा केली आहे. त्याचे थोडक्यात वर्णन इथे करावेसे वाटते -

डॉ. आर्नोल्ड टॉइन्बी

अमुक एक मानवी जमात सुसंस्कृत झाली आणि तमुक जमात होऊ शकली नाही, याच्या मागे वंशाला महत्त्व आहे; हा मुद्दा डॉ. टॉइन्बी यांनी खोडून काढला. या मुद्द्याचा उपयोग वेळोवेळी राजकीय स्वार्थाकरिता केला गेला आहे. उदाहरणार्थ, प्राचीन काळी आर्य किंवा गेल्या दोन-तीनशे वर्षांतले गोऱ्यांचे काळ्यांवरचे वर्चस्व इत्यादींचा उपयोग अमुक वंशपरंपरेतला मानव श्रेष्ठ असे भासवण्यासाठी केलेला आहे. डॉ. टॉइन्बी यांनी अनेक जमातींचे व संस्कृतींचे इतिहास दाखवून हे सिद्ध केले आहे, की बहुतेक सर्व वंशावळींत अशा सुसंस्कृत जमाती आढळतात, तशाच जंगली जमातीही असतात. म्हणून जन्मतःच एखाद्या वंशातला माणूस श्रेष्ठत्त्वाचा वारसा घेऊन येतो, असे म्हणण्यात काही तथ्य नाही.

दुसरा मुद्दा आहे नैसर्गिक परिसराचा. ख्रिस्तापूर्वी पाच शतके आधी ग्रीसमध्ये लिहिल्या गेलेल्या 'वातावरण, पाणी आणि परिस्थिती' अशा अर्थाच्या शीर्षकाच्या एका ग्रंथात याची सविस्तर चर्चा सापडते. ज्या देशांत ऋतूंचे मोठे

फेरबदल होतात - कडक थंडी, कडक उन्हाळा किंवा पावसाच्या अंतिम सीमा गाठल्या जातात, त्या देशांत डोंगर, जंगल, वाळवंट, मैदान इत्यादी भूभागांचे वेगवेगळे प्रकार आढळतात. उलट ज्या देशांत ऋतूंमध्ये फारसे फेरबदल होत नाहीत, तेथील भूप्रदेशही फारशी विविधता दाखवीत नाहीत. त्याचप्रमाणे नैसर्गिक परिसराचा मानवी स्वभावावर, शारीरिक घडणीवरदेखील प्रभाव पडतो. ज्या देशांत नैसर्गिक परिसर विविधतेने भरलेला असतो, तेथे राहणाऱ्या मनुष्यजातींतदेखील आणि त्यांच्या संस्कृतींवरदेखील त्या विविधतेचे पडसाद उमटतात, असे या ग्रंथात प्रतिपादन केले आहे.

हा सिद्धान्त वंशसिद्धान्ताप्रमाणे प्रक्षोभक नसला, तरी चुकीचा आहे, असे डॉ. टॉइन्बी यांनी दाखवून दिले आहे. नैसर्गिक परिसराचा मानवी संस्कृतीच्या विकासाशी संबंध आहे यात शंका नाही. परंतु वरील ग्रीक ग्रंथात म्हटल्याप्रमाणे त्या परिसरामुळे संस्कृतीच्या विकासाची दिशी ठरवली जात नाही. कारण जगात साधारणपणे सारखे नैसर्गिक परिसर, ऋतू इत्यादी असलेल्या जागा अनेक ठिकाणी सापडतात, पण तिथल्या मानवी संस्कृतीचा विकास सारखा झालेला आढळून येत नाही. उदाहरणार्थ, तैग्रिस-युफ्रेटिस किंवा नाईल अथवा सिंधू या नद्यांच्या परिसरात जशा मानवी संस्कृती विकसित परिस्थितीत पूर्वी होत्या, तसाच परिसर असलेल्या रियोग्रांडे किंवा कोलोराडो नदीकाठी पुरातन विकसित संस्कृती सापडत नाही.

मग मानवी संस्कृतीच्या विकासाशी कुठल्या कारणाचा संबंध लावता येईल? डॉ. टॉइन्बी यांनी शोधून काढलेले आणि पुरस्कार केलेले कारण म्हणजे 'आव्हान आणि प्रतिसाद' (Challenge and Response). ही आव्हाने एखाद्या मानवी जमातीपुढे अनेक स्वरूपांत येऊ शकतात, आणि त्या आव्हानांना दिलेले प्रतिसाद वेगवेगळे असू शकतात. अनेक विकसित संस्कृतींच्या पुराणवाङ्मयात गोष्टींच्या रूपाने या आव्हान-प्रतिसाद 'द्वयी'चे चित्रण केलेले दिसते. ही आव्हाने काही महत्त्वाच्या व्यक्तींपुढे तरी आलेली असतात किंवा सबंध जमातीपुढे दिसतात. ॲडम आणि ईव्ह यांना सैतानाने (Devil) सफरचंदाबद्दल उत्पन्न केलेला मोह, बायबलमधला जॉबचा वृत्तान्त इत्यादी अनेक दाखले डॉ. टॉइन्बी यांनी दिले आहेत. आपल्या पौराणिक कथांमध्येसुद्धा अशा घटना सापडतात.

एखादे आव्हान कसे उत्पन्न होईल आणि त्याला मानव किंवा मानवजमात कोणत्या प्रकारे प्रतिसाद देईल, हे निश्चितपणे सांगता येत नाही आणि त्यातच वेगवेगळ्या संस्कृतींच्या वेगवेगळ्या इतिहासाचे कारण सापडते.

इजिप्तमध्ये नाईलकाठी समृद्ध झालेली संस्कृती आव्हान-प्रतिसाद यांचे एक उत्तम उदाहरण आहे. नाईलकाठचा भूभाग मानवाने त्याला माहीत असलेल्या विज्ञान-तंत्रज्ञान यांच्या मदतीने शेतीलायक बनवला; तो पूर्वीपासून त्याला शेतीस योग्य परिस्थितीत मिळालेला नव्हता. जमिनीस 'सस्यश्यामला' बनवावयाचे आव्हान जिथे मानवाने स्वीकारले आणि जिथे स्वीकारले नाही तिथला फरक 'लोअर नाईल' आणि 'अप्पर नाईल' यांच्या तुलनेत दिसतो. म्हणून निसर्गाने दिलेल्या आव्हानाला प्रतिसाद दिल्यामुळे त्यातून झालेल्या रचनात्मक कार्यांतून इजिप्तच्या संस्कृतीला चालना मिळाली.

दुसरे बोलके उदाहरण ग्रीक संस्कृतीत सापडते. 'बूशिया' (Boetia) आणि ॲटिका (Attica) ही पुरातन ग्रीसच्या आसमंतातील दोन ठिकाणे. बूशियामध्ये निसर्गाने शेतीस सुपीक जमीन मुबलक पुरवली. त्यामुळे तिथल्या लोकांना आव्हान असे मिळालेच नाही आणि म्हणून ते मिळालेल्या नैसर्गिक देणगीवर संतुष्ट राहिले. त्यांचे शेजारी - ॲटिकामधले रहिवासी प्रथम असे भाग्यवान नव्हते. त्यांना आढळून आले, की त्यांची जमीन धान्य उगवायला पुरेशी सुपीक नाही. हे आव्हान त्यांनी कसे पेलले? त्यांनी असा शोध लावला, की ही जमीन ऑलिव्ह फळांच्या झाडांची लागवड मोठ्या प्रमाणावर करायला योग्य आहे. त्यांनी ऑलिव्हच्या झाडांची लागवड केली आणि त्याच्या तेलाचा व्यापार करून धान्याची आयात केली. अर्थात या व्यापारातून त्यांचे अनेक फायदे झाले आणि त्यांची संस्कृती समृद्ध झाली.

ब्रिटिश साम्राज्य एके काळी इतके विस्तृत असण्याचे कारण काय? खुद्द ब्रिटन एक लहानसा देश आहे. तिथली हवा एकंदरीत वाईटच! तिथल्या बिकट परिस्थितीतून आव्हाने निर्माण झाली. आपली परिस्थिती सुधारण्यासाठी इंग्लिश लोक जगातल्या वेगवेगळ्या भागांकडे निघाले. विज्ञानाचा विकास आणि 'औद्योगिक क्रांती'ला (Industrial Revolution) चालना, याच आंतरिक आव्हानातून आली. त्याउलट 'वेल्फेअर स्टेट' आणि सुबत्ता आल्यावर ही आव्हाने गेली आणि सध्या त्या देशात पूर्वीसारखी अहमहमिका दिसून येत नाही.

आपल्या देशाचा इतिहास पाहता त्या प्रश्नावर आणखी प्रकाश पडतो असे मला वाटते. पूर्वी आपल्याकडे विज्ञान-तंत्रज्ञान याने युक्त अशी संस्कृती होती, असे म्हटले जाते. याचा वैज्ञानिक पुरावा - म्हणजे नि:संदिग्ध भाषेत वैज्ञानिक शोधाचे गणिती विवेचन - अद्याप पुढे आलेला नाही. निदान मी तरी तसा पुरावा पाहिलेला नाही. श्लोक किंवा काव्यमय भाषेतील अवतरणे पुढे केली जातात,

ज्यांचे अर्थ, अर्थ लावणाऱ्यांवर अवलंबून असतात. अशा माहितीला मी महत्त्व देत नाही. त्याउलट आर्यभट्ट, भास्कराचार्य वगैरेंच्या ग्रंथांत गणिती, वैज्ञानिक विवेचन सापडते. त्या काळात - म्हणजे ख्रिस्तापूर्वी दोन-तीन शतके ते ख्रिस्तानंतर सात-आठ शतके - आपल्या देशात विज्ञान आणि तंत्रज्ञान यांचा विकास झाला नाही. वर सांगितलेली नावे 'अनामिका सार्थवती बभूव' या नियमानेच चमकतात. मला वाटते, त्या काळात आपल्या देशात सुबत्ता होती आणि आव्हाने अशी नव्हतीच, की ज्यांना प्रतिसाद देण्यात मानवाकडून मोठे रचनात्मक कार्य घडावे! त्याउलट ही सुबत्ता पाहून परकीय आक्रमक पश्चिम आशियातील बिकट परिस्थितीतून निर्माण झालेल्या आव्हानांना प्रतिसाद देत आपल्या देशात येऊन थडकले आणि त्यांनी आपल्यावर राज्य केले!

आव्हाने एका विशिष्ट स्तरांवरचीच असली, तर ती संस्कृतीचा विकास करू शकतात. अगदी छोटी आव्हाने मानवाच्या सुप्त शक्ती जागृत करायला असमर्थ ठरतात, तर फार मोठी आव्हाने त्याला पेलवत नाहीत. डॉ. टॉइन्बी यांनी अनेक ऐतिहासिक परिस्थितींची चर्चा करून हे दाखवले आहे. मला हा मुद्दा महत्त्वाचा वाटतो. कारण विज्ञानाचे नवे शोध अशा आव्हानांतून लागले आणि लागलेल्या शोधांतून निर्माण झालेल्या तंत्रज्ञानातून ही आव्हाने झेलण्यात आली. मी आता अशा काही वैज्ञानिक शोधांची चर्चा करणार आहे.

वैज्ञानिक शोध कसे लागतात?

वैज्ञानिक शोध म्हणजे निसर्ग आणि मानव यांच्यात सतत चालू असलेल्या संघर्षात्मक खेळातला एक टप्पा होय. निसर्गाने दडवून ठेवलेली गुपिते शोधून काढणे हा यामागे मानवाचा प्रयत्न असतो. त्यामुळे एखादे गुपित उघडकीला आले, की प्रथम मानवाला आपण एक 'पॉइंट' 'स्कोअर' केल्याचा आनंद मिळतो. परंतु हा आनंद फार वेळ टिकेल असे नाही. कारण या नव्या संशोधनामुळे बऱ्याच वेळा नवीन प्रश्न उपस्थित होतात. त्यांची उत्तरे शोधायला नव्याने धडपड सुरू होते.

आर्किमिडीस

याशिवाय आपल्या जीवनसंघर्षात एखादे आव्हान आले, की मानव त्याचे उत्तर शोधून काढायला विज्ञानाकडे धाव घेतो. ही आव्हाने युद्धांतून, रोगराईतून किंवा साहसी कृत्यांतून निर्माण होतात.

इसवी सनापूर्वी तिसऱ्या शतकात सिराक्यूज शहराला शत्रूचा वेढा पडलेला असताना, सम्राट हीरो यांनी आर्किमिडीस या शास्त्रज्ञाला पाचारण केले. या संशोधकाच्या सुपीक डोक्यातून एक युक्ती निघाली. त्यांनी पुली आणि लिव्हर यांच्या साहाय्याने शत्रूच्या बोटी अलगद उचलून दुसरीकडे आपटल्या! त्याच शास्त्रज्ञांनी अंतर्गोल आरशांच्या साहाय्याने सूर्यप्रकाश फोकस करून, आपण लेन्सने कागद जाळतो त्याप्रमाणे शत्रूला 'त्राहि भगवान' करून सोडले, अशी आख्यायिका आहे. खालून पाणी वर चढवण्याच्या कामी 'आर्किमिडीसचा स्क्रू' हा प्रकार यांच्याच डोक्यातून जन्माला आला. खुद्द सम्राटांच्या मुकुटातील सोने अस्सल आहे की हिणकस याचा, तो मुकुट न तोडता छडा लावायची युक्ती जेव्हा आर्किमिडीसना सापडली, तेव्हा 'युरेका' म्हणत त्यांनी आंघोळीच्या टबातून उडी मारल्याची गोष्ट सर्वश्रुत आहेच.

लुई पाश्चर, एडवर्ड जेन्नर इत्यादी संशोधकांनी अनेक कठिण परिस्थितींना तोंड देऊन मानवजातीला त्रस्त करणाऱ्या विविध रोगराईंवर विजय मिळवले. या कठीण परिस्थिती दोन प्रकारच्या होत्या. एक म्हणजे त्या रोगांवर तोडगा शोधून काढण्यासाठी तर त्यांचा जवळून अभ्यास करणे धाडसाचे होते. दुसरे म्हणजे, या रोगांच्या जुन्या चिकित्सापद्धती बदलून नव्या चालू कराव्यात हे आपल्या सहकाऱ्यांना आणि इतरांना पटवणे. हेसुद्धा सोपे नव्हते. अपमान, शारीरिक कष्ट, बहिष्कार इत्यादी सोसून आपली मते ठामपणे पुढे रेटण्याचे काम जर या शास्त्रज्ञांनी केले नसते, तर मानवी जीवनसंघर्षात मानवाला आजवर इतके यश मिळाले असते का?

मी सांगितलेल्या दोन तऱ्हेच्या शोधांतील दुसऱ्या प्रकारच्या शोधांची ही काही उदाहरणे झाली. पहिला प्रकार म्हणजे शुद्ध विज्ञानाचा. जरी त्याचे पडसाद सर्वसामान्य मानवापर्यंत लगेच पोचत नसले, तरी महत्त्वाचा आहे. कोपर्निकस, गॅलिलिओ, केप्लर इत्यादींनी अंधविश्वासांना बाजूला टाकून आणि धर्ममार्तंडांच्या विरोधाला न जुमानता खगोलशास्त्रात मूलभूत शोध लावले. ज्यांच्या गती आणि गुरुत्वाकर्षणाच्या नियमांचा वापर करून आजची अंतराळयाने चंद्र, मंगळ इत्यादींकडे भराऱ्या मारत आहेत, त्या न्यूटनना झाडावरून सफरचंद पडताना पाहून 'कथमेतत्?' असे विचारण्याची बुद्धी झाली म्हणून हे सर्व शक्य झाले.

सफरचंदे झाडावरून पडताना किंवा खाली पडलेली बहुतेकांनी पाहिली,

पण त्यातून प्रश्न विचारणारे आणि त्याचा छडा लावणारे निघाले एकमेव न्यूटन! वाफेने ताटली पडलेली पाहून जेम्स वॉटना तसाच प्रश्न पडला आणि त्यातून स्टीम इंजीन निर्माण झाले आणि 'इंडस्ट्रियल रिव्होल्यूशन'ला सुरुवात झाली.

ही सर्व उदाहरणे सांगण्यामागे आणखी एक हेतू आहे. इतिहासाकडे पाहिले, तर मानवजातीच्या उत्कर्षास आणि विकासास काही थोड्या व्यक्तीच कारणीभूत झालेल्या आढळून येतील. 'सर्व माणसे समान आहेत' हे जरी ब्रीदवाक्य असले, तरी माणसामाणसांत फरक असतो. प्रत्येक समाजात वेगवेगळ्या पैलूंची माणसे सापडतात. त्यात वर सांगितलेल्या असाधारण प्रतिभेची माणसे क्वचित प्रसंगी अवतरतात. अशा प्रतिभांचा विकास होऊ देणे आवश्यक आहे. त्यांना वरील ब्रीदवाक्याच्या दुरुपयोगाने दडपण्यात येते ते अनुचित आहे.

विज्ञान आणि तंत्रज्ञान यांच्यामधला दुवा

छपाईचा शोध चीनमध्ये लागला. गनपावडरचा शोधपण चीनमध्येच लागला. यांशिवाय इतर अनेक बारीकसारीक शोध त्या देशात लागले. परंतु त्यांचा प्रसार देशाबाहेर फारसा झालेला दिसत नाही. अनेक शतकांनंतर हे शोध जेव्हा यूरोपमध्ये गेले, तेव्हा तेथे त्यांचा प्रसार तर झालाच; पण मोठ्या प्रमाणावर वापर करण्याइतके तंत्रज्ञानही तेथे निर्माण करण्यात आले.

पश्चिम आशियात आणि भारतात एके काळी खगोलशास्त्र, युक्लिडची भूमिती, त्रिकोणमिती वगैरे गणिताचे भाग अभ्यासिले जात होते, त्यांवर संशोधन करायची प्रवृत्ती होती. मी आर्यभट्टांचे नाव पूर्वी घेतलेच आहे. परंतु या गणितांचा व्यावहारिक कार्यात उपयोग केला गेला नाही आणि खरे खगोलशास्त्र तर फलज्योतिषाच्या दिशेने भरकटले आणि विज्ञानातून पदच्युत झाले. त्याउलट पुरातन ग्रीसमधली गणितावरची पुस्तके - अरबांनी भाषांतरित केलेली - यूरोपमध्ये 'सापडली' आणि तेथील लोकांना या गणिताचा पुन्हा साक्षात्कार झाला आणि तेथील देशांत याचा प्रचार आणि वापर मोठ्या प्रमाणात झाला. याचे कारण काय असावे?

याची चर्चा करताना टाटा इन्स्टिट्यूट ऑफ फंडामेंटल रिसर्चमधील प्राध्यापक रंगाचारी नरसिंहन यांनी असे प्रतिपादन केले आहे, की वैज्ञानिक शोध आणि त्यांचा तंत्रशास्त्रात वापर यांमध्ये एक दुवा आवश्यक असतो - जो यूरोपमध्ये होता, पण पौर्वात्य देशांत नव्हता. त्यांनी बाराव्या आणि तेराव्या शतकांतील सिस्टर्शियन मठातील संन्याशांचे उदाहरण दिले आहे. मानसिक गोष्टी - समाधी, अध्ययन, चिंतन - यांशिवाय रोज काही तास शारीरिक श्रमही केले पाहिजेत,

असा या मठवासीयांचा नियम होता. दैनंदिन जीवनात उपयोगी पडणाऱ्या गोष्टी (शेती, दळण, स्वयंपाक, बांधकाम इ.) करत असताना त्या सुकर होण्यासाठी या लोकांनी वैज्ञानिक शोधांचा वापर कसा होईल याची प्रात्यक्षिके केली. शेतीची उपकरणे, पवनचक्क्या, पाण्यावरच्या चक्क्या, चर्च बांधताना भूमितीचा उपयोग इ. गोष्टींचा प्रचार यांच्या अनेक मठांतून झाला. आजही अशा दुव्यांची आपल्या देशात गरज आहे.

औद्योगिक क्रांती

मानवी जीवनसंघर्षात भूतकाळात ज्या दोन महत्त्वाच्या क्रांती घडून आल्या. त्यांतली पहिली म्हणजे पूर्वी सांगितल्याप्रमाणे शेतीचा शोध. दुसरी क्रांती गेल्या दोन शतकांत घडून आली आणि अजूनही तिचे पडसाद उमटत आहेत. मी नुकतेच सांगितले त्याप्रमाणे वाफेतल्या शक्तीचा प्रचंड प्रमाणात उपयोग करणे मानवाला शक्य झाले. कोळशाची महती त्याला पटली. इलेक्ट्रिक जनरेटरचा शोध लागला. या सर्व घटना अठरा-एकोणीस या दोन शतकांत घडल्या आणि त्यामागे वैज्ञानिक प्रगती होती. निसर्गात दडवून ठेवलेल्या शक्तीचा, निसर्गातल्या ऊर्जेच्या साठ्याचा उपयोग करून घेता येतो, ही शिकवण मानवाला विज्ञानाकडून मिळाली.

औद्योगिक क्रांतीने मानवाची जीवनचर्याच बदलून टाकली. पूर्वी कुठल्याही गोष्टीची निर्मिती छोट्या प्रमाणावर होत असे - कुटीर उद्योगाच्या स्वरूपात. ती प्रथा जाऊन 'फॅक्टरी' अस्तित्वात आली. घरून अमुक एका ठिकाणी जाऊन ठरावीक तास काम करून परत यायची प्रथा आली. निर्मिती मोठ्या प्रमाणावर यंत्रांच्याद्वारे होऊ लागली. यंत्रांमध्ये मानवापेक्षा अधिक ताकद, कार्यक्षमता, नमुन्याबरहुकूम पदार्थ तयार करायची प्रवृत्ती / क्षमता हे गुण होते. पण त्यांच्यात मानवी विचारशक्ती, मानवी डोक्यातून निर्माण होणारी विविधता, कलाकुसर हे गुण नव्हते. त्यामुळे मानवी जीवनमूल्यांत फरक पडला. शिवाय जीवनसंघर्षासाठी मानव जिथे यंत्रे असतील तिथे धाव घेऊ लागला. यंत्रे ऊर्जेच्या साठ्यांजवळ, शक्तीच्या केंद्रांजवळ असतात आणि ती होती शहरांत - कारण बनवलेल्या वस्तूंचे दळणवळण शहरांतून सोपे होते. म्हणून खेड्यांतून शहरांकडे मानवांनी धाव घेतली. अशा तऱ्हेने अनेक शतके चालत आलेली, फारशी न बदललेली जीवनपद्धती मानवाने सोडली.

जिथे जिथे औद्योगिक क्रांती घडली, तिथे मानवाचे जीवनमान सुधारले; म्हणजे शारीरिक कष्ट कमी होऊन आरामशीर जीवनाकडे त्याची वाटचाल सुरू

झाली. शिकार करून राहणाऱ्या मानवाला हुकमी जेवायला मिळेल अशी खात्री नव्हती. शेती करून त्याने आपले शिकारीवर अवलंबून राहणे टाळले. त्याचप्रमाणे शारीरिक श्रमाऐवजी औद्योगिक क्रांतीत मानवानेच यंत्रावलंबन पत्करले.

औद्योगिक क्रांती - शेतीच्या क्रांतीप्रमाणे - मानवाच्या केवळ फायद्याचीच ठरली नाही. त्याचे राहणीमान (वरील निकष लावून) सुधारले असे म्हणता येते, पण त्याचे जीवन अधिक सुखी झाले आहे का? अलीकडे केलेल्या एका आंतरराष्ट्रीय चाचणीत 'बांगला देश' हा सर्वांत सुखी ठरला... म्हणजे तेथील सामान्य नागरिक स्वत:च्या जीवनावर समाधानी आहे. त्या उलट विज्ञान व तंत्रज्ञानात सर्वांत प्रगत असलेल्या अमेरिकेचा क्रमांक बराच खाली होता. म्हणजे भौतिक सुखसोयींनी आजच्या मानवाला मानसिक समाधान मिळू शकलेले नाही. मला वाटते, भविष्यकाळात माणसामाणसांतील जिव्हाळा - माणुसकी हा गुण दुर्मीळ होत जाणार आणि त्यावर सामाजिक तोडगा काढणे आवश्यक ठरणार आहे.

वर्तमानकाळ : आयुष्य ८००वे

आल्विन टॉफ्लर या लेखकाने आपल्या सुप्रसिद्ध पुस्तकात - 'Future Shock' मध्ये - एका उदाहरणाद्वारे वर्तमानकाळात मानवी जीवनात किती झपाट्याने बदल होत आहेत याचे विवेचन केले आहे. ते उदाहरण मी येथे देतो -

समजा, गेल्या ५०,००० वर्षांचा कालखंड - ज्याबद्दल मानवी जीवनपद्धतीची आपल्याला थोडीफार माहिती उपलब्ध आहे - आपण ६२ वर्षांच्या तुकड्यांत विभागला. ६२ वर्षे हा येथे मानवाचा सरासरी आयुष्याचा कालखंड समजावा. अशा तऱ्हेची ८०० मानवी आयुष्ये या ५०,००० वर्षांच्या कालखंडात बसतील. आता या आयुष्यांत मानवी जीवन किती वेगाने बदलत गेले ते पाहू या.

या ८०० आयुष्यांपैकी ६५० आयुष्ये तर मानवाने गुहेत राहूनच घालवली! म्हणजे ज्याला आपण असंस्कृत अवस्था म्हणतो अशा अवस्थेत ८० टक्क्यांहून जास्त मानवी आयुष्ये गेली. संस्कृतीची लक्षणे पाहिल्यास एक महत्त्वाचे लक्षण लेखनकला होय. एका आयुष्यात मिळवलेली माहिती, संपादन केलेले अनुभव किंवा कल्पनाशक्तीचे खेळ, दुसऱ्या आयुष्यापर्यंत पोचवायला लेखनकलेचा उपयोग झाला आणि अजून होत आहे. या एकंदर ८०० आयुष्यांपैकी

आल्विन टॉफ्लर

फक्त शेवटच्या ७० आयुष्यांमध्येच मानवाला ही कला गवसल्याचे आणि त्याने तिचा उपयोग केल्याचे पुरावे आहेत. आणि या ७० आयुष्यांपैकी गेल्या ६ आयुष्यांमध्येच जनसमुदायाने छापील शब्दांचा - मुद्रणकलेचा - उपयोग करायला सुरुवात केली.

आपण कालमापनासाठी घड्याळे वापरतो. सूक्ष्म कालखंडाचे मोजमाप करण्याची पात्रता मानवात केव्हा आली? फक्त गेल्या चार आयुष्यांत! आज आपल्या जीवनात प्रत्यक्षरीत्या वापरली जाणारी 'इलेक्ट्रिक मोटर' ही गेल्या दोन आयुष्यांतच मानवाला वैज्ञानिक शोधाने मिळाली. आणि आजकालच्या दैनंदिन जीवनात लागणाऱ्या बहुतेक वस्तू मानवाने या शेवटच्या - ८००व्या आयुष्यात पैदा केल्या.

हे शेवटचे वाक्य किती सारगर्भित आहे याचा प्रत्यय थोडा विचार केल्यावर येईल. सकाळी उठल्यापासून ते रात्री झोपी जाण्यापर्यंत आपण वापरतो त्या गोष्टींचा शोध केव्हा लागला असावा याचा आढावा घेऊन पाहा! अर्थात खेड्यात राहणारा माणूस या बाबतीत शहरी माणसाच्या मागे असेल; पण शेतकी शास्त्रावरचे शोध, वीज, ट्रान्झिस्टर यांसारखी साधने इत्यादी आधुनिक शोध खेड्यांपर्यंत पोचत आहेत. SITE सारख्या-उपग्रहावरून खेड्यांत टेलीव्हिजन पोचवण्याचा उपक्रम हा पण कशाचा द्योतक आहे?

औद्योगिकदृष्ट्या पुढारलेल्या देशांत शेतीचे महत्त्व कमी आणि उद्योगांचे महत्त्व जास्त असे दिसून येते. याचा अर्थ असा नव्हे, की या देशांत शेती कमी प्रमाणात होऊ लागली आहे. यांत्रिक उपकरणांमुळे शेतीत मनुष्यबळ कमी वापरण्यात येऊ लागले आहे. मनुष्यबळ उद्योगधंद्यांकडे धाव घेत आहे. अमेरिकेसारख्या, शेतीत अतिप्रगत असलेल्या राष्ट्रांत, शेतीत काम करणाऱ्यांचे प्रमाण एकंदर कामगारांच्या ६ टक्क्यांहूनही कमी आहे. आणि हे महत्त्वाचे बदल ८००व्या आयुष्यातच - आणि तेही उत्तरार्धातच - घडून आले!

भारतीय शास्त्रज्ञ डॉ. होमी भाभा यांनी हा बदल आणखी एका निकषावर मोजून दाखवला होता. समजा, आपण ३३०० कोटी टन कोळसा जाळला, आणि त्यातून निर्माण झालेली ऊर्जा वापरली. या ऊर्जेचे आपण एक युनिट Q धरू. ख्रिस्तजन्मापासून औद्योगिक क्रांतीला सुरुवात होईपर्यंत (म्हणजे साधारण साडे अठरा शतके) मानवाचा ऊर्जेचा वापर शंभर वर्षांना १/२ Q इतका आहे. १८५०च्या सुमारास त्यात वाढ होऊन शतकामागे 'Q' इतक्या प्रमाणात ऊर्जेचा वापर होऊ लागला. दुसऱ्या महायुद्धानंतर दशकामागे 'Q' इतका ऊर्जेचा वापर

वाढला. म्हणजे गेल्या २००० वर्षांमध्ये मानवाने वापरलेल्या ऊर्जेचा अर्धा भाग त्याने अवघ्या १०० वर्षांतच खर्च केला!

वर्तमानकालात मानवी जीवन किती झपाट्याने बदलत आहे, याची ही वेगवेगळी उदाहरणे आहेत. एक शेवटचे पण महत्त्वाचे उदाहरण आहे 'माहिती'च्या प्रचाराचे आणि साठ्याचे.

एकोणिसाव्या शतकात जूल्स व्हर्न या लेखकांचे '८० दिवसांत पृथ्वीप्रदक्षिणा' हे पुस्तक पुष्कळ गाजले. कथानकाचा नायक फिलियस फॉग हा ८० दिवसांत पृथ्वीप्रदक्षिणा घालायची पैज मारतो आणि अनेक विघ्ने आली, तरी जिंकून दाखवतो. आजही ती कादंबरी अतिशय वाचनीय वाटते. परंतु ती लिहिली गेली, तेव्हा जगाच्या प्रवासाला फक्त ऐंशीच दिवस लागावेत हे अद्‌भुत समजले जात असे. आजचा सर्वसाधारण प्रवासी ८० तासांतसुद्धा पृथ्वीप्रदक्षिणा करू शकेल! ४-५ आयुष्यांपूर्वी माणसाला प्रवासाची जी साधने उपलब्ध होती, त्या तुलनेने जूल्स व्हर्नच्या कथानायकाने अद्‌भुत साहस करून दाखवले हे जितके खरे, तितकेच दोन आयुष्यांपूर्वीच्या माणसाला आजच्या दळणवळणांच्या साधनांकडे पाहून 'हे सर्व अद्‌भुत' असे वाटले असते हेही खरे!

माणसांच्या प्रवासाशिवाय, इतर प्रकारे माहितीचा प्रचार, वृद्धी होऊ शकते, हेही गेल्या दोन आयुष्यांत दिसून येते. टेलिग्राफ, टेलिफोन, उपग्रहसंचारसेवा, इत्यादी माहिती पाठवायची साधने पाहून सांडणीस्वार किंवा पत्रवाहक कबूतरे यांच्या किती पलीकडे आणि किती झपाट्याने मानवाने मजल मारली आहे, याची कल्पना येते. 'पृथ्वी एकदम छोटी झाली' अशा तऱ्हेचे विधान दळणवळणाच्या साधनांच्यात झालेल्या कमालीच्या झटपट सुधारणेचे द्योतक आहे.

वाढलेली माहिती साठवण्याच्या माध्यमातही क्रांती घडून आली आहे. हस्तलिखित ग्रंथ ज्याप्रमाणे तोंडी पुरविलेल्या माहितीपेक्षा जास्त कार्यक्षम, त्याचप्रमाणे छापलेले ग्रंथ हे हस्तलिखितांच्या पुढचे टप्पे होत. पुढे छापलेल्या ग्रंथांची संख्या बेसुमार वाढायला लागल्यावर मायक्रोफिल्मिंगची पद्धत आली. फायलींमध्ये माहिती ठेवण्यापेक्षा इलेक्ट्रॉनिक कम्प्युटरमध्ये ठेवणे अधिक सुकर आहे, हे आता दिसून आले आहे. कम्प्युटरमध्ये माहिती साठवणे हे जितके सोपे, तितकेच साठवलेली माहिती क्षणार्धात मिळविणे, उकरून काढणे शक्य आहे.

आणि ही माहितीच्या प्रसाराची, संग्रहाची महत्त्वाची उपकरणे मानवाला ८००व्या आयुष्याच्या शेवटच्या भागात उपलब्ध झाली आहेत! प्रस्तुत पुस्तकातील शोधांची यादी पाहून या विधानांची सत्यता पटेल.

विज्ञानयुग

वर चर्चिल्याप्रमाणे मानवी जीवनात असे झपाट्याने बदल घडून येत आहेत, त्यांचे कारण काय? फक्त एकच कारण त्याच्या पाठीमागे आहे : विज्ञानाचा प्रचार!

आधुनिक विज्ञानाला सुरुवात केव्हा झाली? अमुक एका क्षणाकडे बोट दाखवणे अवघड आहे. पण काही महत्त्वाच्या टप्प्यांची नोंद करता येईल.

नैसर्गिक घटनांची कारणमीमांसा निवडक सिद्धान्तांद्वारे गणिताच्या रूपाने करता येते, हे न्यूटनच्या सिद्धान्तावरून प्रथम निदर्शनास आले. गुरुत्वाकर्षण आणि गतीच्या सिद्धान्तांनी चंद्राचे पृथ्वीभोवती फिरणे, ग्रहांचे सूर्याभोवती फिरणे, पृथ्वीवरून फेकलेल्या गोष्टी शेवटी जमिनीवर पडतात याचे कारण, समुद्रात भरती येते, धूमकेतू ठरावीक वेळेनंतर येतात, इत्यादी कितीतरी वेगवेगळ्या घटनांची कारणमीमांसा होऊ शकली!

गुरुत्वाकर्षणानंतरचा महत्त्वाचा शोध विद्युतचुंबकीय शास्त्राचा. यात कूलंब, फॅरडे, मॅक्स्वेल इत्यादी शास्त्रज्ञांनी हातभार लावला. प्रकाशलहरी विद्युतचुंबकीय असतात याचे ज्ञान मॅक्सवेलच्या समीकरणापासून शास्त्रज्ञांना झाले. हर्ट्झनी त्या लहरी, वेगळ्या वेव्हलेंग्थच्या, प्रयोगशाळेत निर्माण केल्या. पुढे या शोधाचे वायरलेस, रेडिओ, टेलीव्हिजन इत्यादींत रूपांतर झाले.

मी इथे ढोबळमानाने भौतिकशास्त्राच्या प्रगतीबद्दल सांगितले. विज्ञानाचे इतर भाग - रसायनशास्त्र, प्राणिशास्त्र, वैद्यकशास्त्र इत्यादी - यांनीसुद्धा अशीच विलक्षण झपाट्याने प्रगती केली आहे. त्या सर्वांचा आढावा घेण्यास पुष्कळ वेळ लागेल! पण या सर्वांच्या बाबतीत एक गोष्ट प्रामुख्याने आढळते, ती म्हणजे, गेल्या ५०-६० वर्षांत झालेली विलक्षण प्रगती. मी पूर्वी सांगितल्याप्रमाणे, मानवी जीवनमानात झपाट्याने घडत गेलेले बदल हे त्याच प्रगतीचे द्योतक आहेत.

आज विज्ञानात झालेल्या सैद्धान्तिक शोधाचे प्रत्यंतर उद्या प्रयोगात दिसून येते, तर परवा त्या प्रयोगाचे तंत्रज्ञानात रूपांतर होऊन ते दैनंदिन जीवनात अवतरते. हे आज-उद्या-परवामधले कालखंड दिवसेंदिवस संकुचित होत आहेत.

एकोणिसाव्या शतकाअखेर आणि विसाव्या शतकाच्या सुरुवातीला वेगळेच वारे वैज्ञानिक विश्वात वाहू लागले. क्वांटम थिअरी आणि रिलेटिव्हिटीचे नवे सिद्धान्त आले. ते प्रथमदर्शनी इतके चमत्कृतिपूर्ण होते, की निसर्ग या सिद्धान्तांचे पालन करत असेल, यावर

शास्त्रज्ञांचासुद्धा विश्वास बसेना! पण प्रयोगाअंती हे नियम प्रस्थापित झाले. आइन्स्टाइन, मॅक्स प्लँक, नील्स बोर, डिरॅक, हायझेनबर्ग, श्रोडिंजर इत्यादींनी हे नवीन नियम मांडण्यास पुढाकार घेतला. पुढे रुदरफर्डच्या मार्गदर्शनाखाली अणूचे विच्छेदन करण्यात आले आणि या प्रयोगशाळेतील प्रयोगातून पुढे अणुबॉम्बची निर्मिती झाली.

दुसऱ्या महायुद्धानंतर विज्ञानाची प्रगती आणखी झपाट्याने झाली आणि चालू आहे. वैज्ञानिक एकीकडे मूलकणांचा अभ्यास करत आहेत, तर दुसरीकडे अतिविशाल आकाशगंगांनी व्याप्त विश्वाच्या रचनेचा छडा लावीत आहेत. मूलकणांच्या आकारमर्यादा सेंटिमीटरच्या सहस्राब्ज भागाहून लहान असतात, तर विश्वाचा व्याप दहा अब्ज अब्ज अब्ज सेंटिमीटरपर्यंत पसरलेला आहे!

खुद्द वैज्ञानिक शोधांचे स्वरूप कसे पालटत आहे याचे एक उत्तम उदाहरण जॉन झायमन यांनी The Force of Knowledge या पुस्तकात दिले आहे. १९१९मध्ये रुदरफर्डनी अणूचे विच्छेदन केले. त्यांनी वापरलेली साधनसामग्री एका हुशार तंत्रज्ञाने प्रयोगशाळेतच करून दिली होती आणि ती हातात धरण्याइतकी लहान होती. किंमतही बेताचीच होती! १०० पौंड फार तर!

१९३०मध्ये वॉल्टन आणि कॉकरॉफ्ट यांनी 'लीनियन ॲक्सेलरेटर' बनवला. तो अणूतल्या घटकांचा अधिक ऊर्जेच्या परिस्थितीत अभ्यास करू शकत असे. याचा आकार खोलीएवढा असून किंमत १००० पौंड (म्हणजे १९३०मधील जवळजवळ रु. १५,०००/-) होती. या उपकरणावर अनेकांनी प्रयोग केले, पण ते प्रयोग साधारणपणे क्लिष्ट नव्हते.

एक-दोन वर्षांनी लॉरेन्स आणि लिव्हिंग्स्टन यांनी कॅलिफोर्निया विद्यापीठात सायक्लोट्रॉन बांधला. तोही खोलीएवढा होता, पण वॉल्टन-कॉकरॉफ्ट यांच्या यंत्रापेक्षा दसपट ऊर्जेचे मूलकण तयार करू शकत होता! त्याची किंमत १०,००० डॉलर पडली - पण त्यात त्यांना एक इलेक्ट्रोमॅग्नेट फुकट मिळाला.

वॉल्टन आणि कॉकरॉफ्ट

या यंत्राची मोठी आवृत्ती १९३९मध्ये सिद्ध झाली. त्यातून पूर्वीपेक्षा १२ पट ऊर्जेचे मूलकण निघत. किंमत १ लाख

डॉलर. हे चालवायला अनेक तंत्रज्ञ लागत आणि याभोवती एक प्रयोगशाळा बांधण्यात आली.

दुसऱ्या महायुद्धानंतर अठरा लक्ष डॉलर किमतीचा याहून मोठा सायक्लोट्रॉन बांधण्यात आला. याच्याकरिता खास मोठी इमारत बांधावी लागली. त्याभोवती शास्त्रज्ञ-तंत्रज्ञ यांचे जाळे पसरून मोठ्या प्रयोगशाळा बांधण्यात आल्या. त्यातून निघणाऱ्या मूलकणांची ऊर्जा पूर्वीच्या यंत्रापेक्षा तीसपट असून अशा शक्तिशाली मूलकणांपासून संभाव्य धोके टाळण्यासाठी बरीच खबरदारी घ्यावी लागली.

याच्या जवळजवळ अठरापट अधिक ऊर्जेचे मूलकण निर्माण करणारे बेव्हॉट्रॉन मशीन ९० लक्ष डॉलर किंमत देऊन १९५३मध्ये बांधण्यात आले. याचा व्यास ३४ मीटर होता. याच्याभोवती मोठ्या फॅक्टरीप्रमाणे शास्त्रज्ञ व तंत्रज्ञ आणि इतर आवश्यक त्या लोकांची वसाहत उभी करण्यात आली.

यापुढची पायरी म्हणजे जीनिव्हा येथे सर्न (Council Europeen des Recherches Nuclearies) या प्रयोगशाळेसाठी १९६०च्या सुमारास बांधलेले तीन कोटी डॉलरचे मशीन. यातून बेव्हाट्रॉनपेक्षा चौपट ऊर्जेची मर्यादा गाठली जाते. याचा आकार रिंगसारखा (अंगठीसारखा) असून तिचा व्यास २०० मीटर आहे. अनेक युरोपियन देशांनी याचा खर्च सोसला आहे - एका देशाच्या आवाक्याबाहेरची ही प्रयोगशाळा आहे.

त्यापुढची सीमा गाठली १९७३मध्ये शिकागो जवळच्या फर्मीलॅब मशीनने! यात पैदा होणारे मूलकण सर्नच्या मूलकणाच्या सात पटींनी जास्त ऊर्जेची मर्यादा गाठू शकतात. त्या मशीनच्या 'रिंग'चा परीघ एक मैलाहून जास्त आहे. किंमत २५ कोटी डॉलर! त्यानंतर सर्नने यावरही कुरघोडी केली. तिथला त्वरक (Accelerator) हा सर्वोत्तम समजला जातो. अशा तऱ्हेने मनूच्या माशाप्रमाणे वैज्ञानिक प्रयोगांचा व्याप वाढत आहे. त्यामागे लागणारे मनुष्यबळ वाढत आहे. आपले नवीन सिद्धान्त मांडणारे न्यूटन किंवा आइनस्टाइन एकेकटे होते. आत्ताचे प्रयोग 'टीम वर्क'चे असण्याची शक्यता जास्त. २४ फेब्रुवारी १९६४च्या Physical Review Lettersमध्ये एक नवीन मूलकण सापडल्याची घोषणा करणारा निबंध ३३ लेखकांनी, म्हणजे त्या प्रयोगात भाग घेणाऱ्या शास्त्रज्ञांनी सामूहिक रूपात लिहिला होता. आता तर काही प्रकल्पांत केवळ भाग घेणाऱ्या संस्थांचीच नावे देतात - त्यातील वैज्ञानिकांची यादी फारच लांब होईल म्हणून.

वैज्ञानिक प्रयोगांचा वाढता खर्च पाहून अनेक प्रश्न उद्‌भवतात. हे खर्च बहुतकरून देशाचे सरकार या ना त्या रूपात पेलते. म्हणजे कर भरणारी जनता

त्यासाठी खिसे रिकामे करते. तेव्हा संशोधन कुठल्या प्रश्नावर करावे आणि कुठल्यावर करू नये हे फक्त शास्त्रज्ञांनीच ठरवायचे, की इतरांनीपण त्यात लक्ष घालणे आवश्यक आहे?

दुसरा प्रश्न म्हणजे हे प्रयोग मानवी जीवनसंघर्षाला कल्याणकारी आहेत, की धोकादायक आहेत, याची पूर्ण काळजी घेतली जाते का?

तिसरा प्रश्न या प्रयोगांशी संबंधित नसून त्यातून निघणाऱ्या तंत्रज्ञानाबद्दल आहे. विज्ञानाप्रमाणे तंत्रज्ञानाचा व्याप वाढत आहे. त्यातून मानवी जीविताला धोके निर्माण होण्याची शक्यता आहे का?

विज्ञानयुगात - वर्तमानकालात - असे अनेक प्रश्न मानवासमोर उपस्थित आहेत. अगदी अलीकडे, म्हणजे गेल्या १०-१२ वर्षांतच या प्रश्नांवर विचार करण्याची गरज भासू लागली आहे. या काही प्रश्नांची चर्चा आता मी करणार आहे.

शास्त्रज्ञ आणि समाज

विज्ञानाचे ध्येय सृष्टीची कोडी उकलणे आणि मिळालेली माहिती मानवकल्याणासाठी वापरणे असे समजले जाते. बहुतेक वैज्ञानिक या ध्येयाच्या पूर्वार्धाशीच निष्ठावंत असून उत्तरार्धाकडे दुर्लक्ष करतात, असा त्यांच्यावर आरोप केला जातो. यात वस्तुस्थिती काय आहे?

> विज्ञानाचा जो मूलभूत भाग आहे, तो संशोधकाला ज्ञानाच्या परिसीमेवर आणून सोडतो. या सीमा मागे ढकलण्याचा संशोधकाचा प्रयत्न असतो. अनेक प्रयत्न चुकीच्या दिशेने केल्यावर मध्येच त्याला योग्य दिशा सापडते. बऱ्याच वेळा योग्य दिशा सापडणे किंवा निसर्गाचे एखादे नवे कोडे समोर येऊन पडणे हे अनपेक्षितरीत्या घडते. पल्सारचा शोध असा अचानक लागला. अणूत असणाऱ्या मूलकणांच्या एखाद्या नवीन गुणाची माहिती अनपेक्षित असते. निसर्गाबरोबर मानवाने चालू ठेवलेल्या लपंडावाच्या खेळातल्या त्या घटना समजायच्या. यात तन्मय झालेल्या संशोधकाला वर सांगितलेल्या वैज्ञानिक ध्येयाच्या उत्तरार्धाशी काही कर्तव्य नसते. आणि समाजाने तशी अपेक्षाही करू नये!

मूलभूत विज्ञानाची दिशा फक्त नैसर्गिक कोडी उकलण्यापुरतीच आहे. ही कोडी उकलून मिळणारी माहिती तत्क्षणी उपयोगाची असेल असे नाही. पण

पुढेमागे त्याचा उपयोग होईल यात शंका नाही. क्वांटम थिअरी, रिलेटिव्हिटी यांसारखे अगाध आणि अमूर्त सिद्धान्त आता उपयोगी पडत आहेत. प्रत्येक राष्ट्राने आणि त्यातल्या समाजाने मूलभूत विज्ञानाचा विकास करण्यासाठी आपल्या ऐपतीप्रमाणे मदत पुरवली पाहिजे. नाहीतर त्या राष्ट्राला - त्या समाजाला पुढेमागे या ज्ञानाकरता दुसरीकडे याचकवृत्तीने जावे लागेल. अशी जाणीव ठेवून समाजाने केलेल्या मदतीला वैज्ञानिकांनी योग्य प्रतिसाद दिला पाहिजे. तो म्हणजे आपल्या संशोधनाची पातळी शक्य तितकी उंच ठेवायची. मूलभूत संशोधनात निकृष्ट दर्जाच्या कामाला वाव मिळता कामा नये. तसे संशोधन म्हणजे समाजाने केलेल्या मदतीचा दुरुपयोग असेच म्हटले पाहिजे.

सर्वच शास्त्रज्ञ मूलभूत संशोधनाला वाहून घेत नाहीत. बहुतेक संशोधन समाजाने ठरवून दिलेली ध्येये गाठण्यासाठी असते. अशा ठिकाणी अर्थातच समाजातल्या इतर घटकांना शास्त्रज्ञांबरोबर बसून ही ध्येये निश्चित करणे, त्यांची पूर्ती कशी होते यावर डोळा ठेवणे आणि वेळ प्रसंगी त्यांच्यावर मर्यादा घालणे आवश्यक आहे. केवळ शास्त्रज्ञांवर हे निर्णय सोपवणे योग्य नाही. तसेच देशाची उद्दिष्टे ठरवताना शास्त्रज्ञांची अवहेलना करणे हेही अनुचित आहे.

शास्त्रज्ञ कितीही अलिप्त राहीन म्हणाला, तरी तो समाजाचा एक घटक असतो. दुसऱ्या महायुद्धात अणुशक्तीचा शोध लागून त्याचा वापर करता येण्याची शक्यता निर्माण झाली होती. पण हे संशोधन करणारे शास्त्रज्ञ मूलभूत संशोधन करणारे होते. तरी जेव्हा दोस्त राष्ट्रांतल्या शास्त्रज्ञांना अशी शंका आली, की जर्मनीत अणुबॉम्ब बनवण्याचा प्रयत्न चालू असेल, तेव्हा त्यांना राहवले नाही. त्यांनी आइनस्टाइनना पुढे करून त्यांच्याकडून राष्ट्राध्यक्ष रुझवेल्टना पत्र लिहविले. अण्वस्त्रांचा शोध जर्मनीला लागण्यापूर्वी दोस्त राष्ट्रांना लागणे किती आवश्यक आहे, हे त्यात पटवून दिले होते. पत्राचा योग्य तो परिणाम झाला. ओपेनहायमरच्या मार्गदर्शनाखाली 'मॅनहॅटन प्रॉजेक्ट'चा जन्म झाला. त्यात अनेक शास्त्रज्ञांनी भाग घेतला आणि त्यांच्या प्रयत्नांची परिणती अणुबॉम्बच्या निर्मितीत झाली. त्या बाबतीत पुढाकार शास्त्रज्ञांनी घेतला होता, याची नोंद ठेवली पाहिजे.

पण अणुशक्तीचा भस्मासुर एकदा बाहेर पडल्यावर त्याला काबूत ठेवणे अशक्य झाले. अणुशक्तीचा उपयोग शांततामय कार्यासाठी जरी केला जात असला, तरी विश्वसंहारक्षम अण्वस्त्रांचे साठे मोठ्या राष्ट्रांनी करून ठेवलेत. आपण उगीच अणुशक्तीची माहिती राज्यकर्त्यांना दिली, अशी खंत अनेक शास्त्रज्ञांना वाटते. खुद्द आइनस्टाइनला याबाबत पश्चात्ताप वाटे.

राज्यकर्त्यांनी ठरवून दिलेली ध्येये गाठण्याचे प्रयत्न शास्त्रज्ञांनी केल्याची अनेक उदाहरणे आहेत. '१९७०पूर्वी अमेरिकन माणसाला चंद्रावर पाठवू' ही राष्ट्राध्यक्ष केनेडी यांची घोषणा नासाच्या शास्त्रज्ञांनी २० जुलै १९६९ला खरी करून दाखवली. लहान प्रमाणावर प्रॉजेक्ट्स पुरी करू देण्याचे काम देशादेशांतील प्रयोगशाळांतून चालू आहे.

शास्त्रीय संशोधनाला जसा जसा जास्त पैसा लागेल, तसा तसा देशाला - किंवा अनेक देशांच्या संघटनांना - तो पैसा पुरवताना या बाबीत अधिकाधिक लक्ष घालावे लागेल. माझ्या मते हा पैसा पुरवताना मूलभूत संशोधनाची दिशा ठरविण्याचा अधिकार सर्वस्वी वैज्ञानिकांवरच सोपवावा. परंतु हे संशोधन उच्च दर्जाचे आणि समाजाला हानिकारक नसल्याची हमी त्यांच्याकडून घ्यावी. त्याचबरोबर सामाजिक उद्दिष्टे ठरवून ती गाठण्यासाठी समाजाने शास्त्रज्ञांना विश्वासात घेऊन मग त्यांच्यावर जबाबदारी टाकावी. ध्येये ठरवण्याचे काम फक्त शास्त्रज्ञांवर सोपवू नये.

सामाजिक उद्दिष्टे गाठण्यासाठी केलेले संशोधन आणि मूलभूत संशोधन यांमध्ये किती प्रमाणात समाजाने आर्थिक मदतीचे वाटप करावे, हा एक नेहमीचा वादग्रस्त मुद्दा आहे. वास्तविक राजकारण शिरल्यामुळे - मग ते राष्ट्रीय पातळीवरचे असो किंवा अधिक संकुचित स्वरूपाचे असो - अशा प्रकारचे वाद सोडवणे सोपे नसते. अशा प्रकारचे वाद आपल्या देशातच नव्हे, तर प्रगत, पाश्चात्त्य देशांतही वेळोवेळी उद्‌भवतात.

बऱ्याच वेळा हे वाद समाजाच्या विज्ञानाविषयीच्या अज्ञानामुळे निर्माण होतात. 'हस्तिदंती मनोऱ्यात काम करणाऱ्या वैज्ञानिकांना आम्ही काय म्हणून पोसत राहावे?' असा प्रश्न कधीकधी समाजाचे प्रमुख घटक विचारतात. विज्ञानाचे ध्येय काय आहे, वैज्ञानिक कोणकोणत्या प्रश्नांवर संशोधन करतात, ते संशोधन कुठल्या मूलभूत स्वरूपाचे आहे, किंवा ते कुठले सामाजिक उद्दिष्ट गाठत आहे वगैरे प्रश्नांची समर्पक उत्तरे समाजाला पुरवण्याचे काम महत्त्वाचे आहे आणि ते करण्याची जबाबदारी शास्त्रज्ञांवरच पडते. वैज्ञानिक संशोधकांची माहिती सामान्य माणसाला पोचवण्याचे काम किती शास्त्रज्ञ करतात? अनेकांना त्यात कमीपणा वाटतो ही खेदाची गोष्ट आहे.

वैज्ञानिक संशोधनापासून संभाव्य अपाय

निसर्गाची कोडी उलगडण्यासाठी कुतूहलाच्या भावनेने मूलभूत संशोधन करण्याची, त्या संशोधनाची दिशा आणि ते कुठपर्यंत पुढे ढकलायचे हे ठरवण्याची मुभा वैज्ञानिकांनाच देण्यात यावी, असे मी नुकतेच प्रतिपादन केले. ही मुभा देताना वैज्ञानिकांना त्यांच्यावरची जबाबदारी काय आहे, याचीही स्पष्ट जाणीव करून देण्यात यावी. प्रत्यक्ष उपयोग दिसत नसतानाही सरकारद्वारा जनता आपल्याला आर्थिक साहाय्य देण्याचे औदार्य दाखवते, तर त्याला प्रतिसाद म्हणून आपण संशोधनाची पातळी उच्च ठेवून त्यासंबंधी वेळोवेळी जनतेला विश्वासात घेतले पाहिजे हे वैज्ञानिकांना पटले पाहिजे. त्याशिवाय एक मोठी जबाबदारी वैज्ञानिकांच्या अंगावर पडते.

मूलभूत संशोधन म्हणजे एक प्रकारे विजेरी घेऊन अंधारात चाचपडण्यासारखे आहे. कधीकधी पाय प्रकाशाच्या झोताबाहेर पडतोच. तो नेहमीच निर्धोक ठिकाणी पडेल असे नाही. स्वत:वरचा धोका पत्करून पूर्वी वैज्ञानिकांनी महत्त्वाचे शोध लावले आहेत. परंतु आजकाल अनेक मूलभूत वैज्ञानिक प्रयोगांचे स्वरूप अवाढव्य झाले आहे. एकट्यादुकट्या वैज्ञानिकाने बीकर-टेस्टट्यूब घेऊन प्रयोग करायचे दिवस गेले! अशा अवाढव्य स्वरूपाच्या प्रयोगातून एकट्यादुकट्या माणसालाच नव्हे, तर मानवसमाजांना किंवा पृथ्वीवरील इतर जीवसमूहांना अपाय होण्याची शक्यता नाकारता येत नाही.

१९६८च्या वसंतऋतूत अमेरिकेत यूटाह राज्याच्या काही भागात बऱ्याच मेंढ्या अचानक मेल्या. याचे कारण शोधता त्या भागात चालू असलेले सैन्यातील संशोधन त्यांच्या मृत्यूच्या मुळाशी असल्याचे कळले. युद्धाकरिता एका विषारी पदार्थाचे परीक्षण चालू होते. हा पदार्थ वातावरणात कसा पसरतो यावर प्रयोग केले असता, मेंढ्या चरत असत तेथे तो वाऱ्याने येऊन तिथल्या गवतावर पडला. असा विषारी पदार्थ पूर्वकल्पना न देता वापरल्याबद्दल सैन्यातील विज्ञान-संशोधकांवर मोठा ठपका आला.

१९६३मध्ये अमेरिकन विमानदलाने पृथ्वीच्या वायुमंडलात एका ठरावीक उंचीवर सुयांचा पट्टा पसरण्याचा घाट घातला. त्यामागे काही वैज्ञानिक संशोधनाचा भाग होता. परंतु अशा सुया पसरल्यास रेडिओलहरींच्या प्रक्षेपणाला त्रास होईल, खगोलशास्त्रीय वेधांना अपाय होईल, इत्यादी आक्षेप अनेक वैज्ञानिकांनी घेतले. पुढे तो प्रयोग झाला नाही.

सध्या प्राणिशास्त्रात जे मूलसंशोधन चालू आहे त्यात एक भाग असाच वादाचा विषय बनलेला आहे : जेनेटिक इंजिनियरिंग. पृथ्वीवरील जीवांच्या घडवणुकीत डी.एन.ए. रेणूला फार महत्त्व आहे. याचा शोध विसाव्या शतकाच्या मध्यवर्ती काळात लागला. वेगवेगळ्या जीवांच्या डी.एन.ए.मध्ये फरक असतात. म्हणजे, माणसाचा डी.एन.ए. एक प्रकारचा, कुत्र्याचा त्याहून वेगळा, एखाद्या वनस्पतीचा आणखी वेगळा इत्यादी. जीवसृष्टीच्या मूल घटकांत प्रयोगशाळेत फेरबदल करायची शक्यता आता निर्माण झाली आहे. परंतु अशा प्रयोगातून कसले जीव निर्माण होतील? त्या जंतूंपासून मानवजातीला अपायकारक नवे रोग निर्माण होतील का? अर्थात सध्या हे प्रयोग प्राथमिक अवस्थेत आहेत आणि त्यातून संभाव्य परिणामांचे चित्रण बऱ्याच वेळा अतिरंजित स्वरूपाचे असते. तरीपण खुद्द वैज्ञानिकांत या बाबतीत एकमत नसल्याचे दिसून येते.

पुढेसुद्धा प्राणिशास्त्रात नवीन प्रकारची संशोधने होतील. मूल जन्मण्यापूर्वीच त्याचे लिंग कुठले असावे हे सध्या निसर्ग ठरवतो. ते नियंत्रित करायची किल्ली मानवाच्या हाती केव्हातरी येण्याची शक्यता आहे. सर्वसाधारण जोडप्याला नेहमी मुलगा व्हावा असे वाटते. सर्वांनीच मुलगे किंवा मुलीच जन्माला घातल्या, तर त्याहून मोठा धोका मानवी अस्तित्वाला कुठला असेल?

तेव्हा अशा मूलभूत शोधांचा पुष्कळ काळजीपूर्वक विचार होणे आवश्यक आहे.

तंत्रज्ञानाचे फायदे - तोटे

सध्याच्या विज्ञानयुगाला प्रारंभ झाल्यापासून विज्ञानाकडून मोठ्या अपेक्षा निर्माण झाल्या. विज्ञानाच्या मदतीने आपले राहणीमान सुधारेल, आपल्या आयुर्मर्यादेत वाढ होईल, रोगराईवर विजय मिळवता येईल, पृथ्वीचा कानाकोपरा प्रवास करून पाहायला मिळेलच, शिवाय चंद्र, मंगळ इत्यादींवरसुद्धा आपल्याला जाता येईल अशा अनेक आशा मानवाने बाळगल्या...

विज्ञानाने मानवाला काय दिले? विज्ञानाचे निंदक सांगतात : विज्ञानाने मानवापुढचे प्रश्न सोडवताना मूळ प्रश्नापेक्षा बिकट असे नवे प्रश्न त्याच्यापुढे आणले आहेत. त्याला सुखसोयीची साधने पुरवताना वातावरण प्रदूषण निर्माण केले. मदतीकरिता यंत्रे निर्माण करून त्याला यंत्रावलंबी करून टाकले, नैसर्गिक राहणीपासून दूर खेचून त्याला अनेक मानसिक त्रासांचा बळी करून टाकले...

विज्ञानाचे समर्थक म्हणतात : विज्ञानजनित तंत्रज्ञानातच मानवाचा तरणोपाय आहे. त्याच्या पुढच्या समस्या त्याखेरीज सुटणार नाहीत!

विज्ञानाचे विरोधक उत्तर देतात : पुरे झाले विज्ञानावलंबन! आता मागे फिरा. म्हणजेच या विज्ञानजनित समस्या निघून जातील.

खरी परिस्थिती काय आहे?

बहुतेक वादांप्रमाणे इथेही दोन्ही बाजूंनी खऱ्या मानलेल्या गृहीतकांत थोडेफार तथ्य आहे; पण त्यांचे निष्कर्ष अधिक प्रमाणात अतिरेकी स्वरूपाचे आहेत.

पूर्वी नमूद केल्याप्रमाणे विज्ञानाची प्रगती झपाट्याने झाली यात शंका नाही. परंतु ती अशा विलक्षण वेगाने झाली, की ती आत्मसात करण्याइतकी मानसिक परिपक्वता माणसात आलेली नाही. एखाद्या लहान मुलाला चॉकलेटचा पुरवठा माफक प्रमाणातच करतात. कारण कुठलाही पदार्थ आवडला, तरी तो किती प्रमाणात घेणे इष्ट, याचा सारासार विचार करायची पात्रता लहान मुलात नसते. दुसरी उपमा औषधांची. औषधे योग्य प्रमाणात घेतल्यास गुणकारी असतात, पण प्रमाणाबाहेर घेतल्यास अपायकारक ठरतात! औषध किती द्यायचे ते ठरवायचे काम डॉक्टरचे असते. विशेष परिणामकारक औषधांची विक्री याच कारणामुळे डॉक्टरी प्रिस्क्रिप्शनवरच होते.

विज्ञानाच्या वापराबाबत असेच काही घडत आहे. पाश्चात्य देशांत सुखसोयींच्या साधनांसाठी तंत्रज्ञानाचा मोठ्या प्रमाणात वापर करण्यात येतो. ही साधने जरी माणसाला आराम देत असली, तरी ती निर्माण करताना वातावरण प्रदूषित होऊन शेवटी डोकेदुखीच नशिबी येते. पश्चिम जर्मनीत एका लहान गावात एका कंपनीने रेफ्रिजरेटर्स आणि एअर कंडिशनर्सची फॅक्टरी काढायची परवानगी मागितली. गावात उद्योगधंद्याचा विकास होऊन लोकांची मिळकत वाढेल, म्हणून नगरसेवकांनीही परवानगी दिली. अपेक्षेप्रमाणे गावात भरभराट झाली. परंतु या फॅक्टरीमुळे वातावरण प्रदूषित झाले आणि गावकऱ्यांना एअर फिल्टर्स, एअर कंडिशनर्स त्याच कंपनीकडून विकत घेऊन वापरावे लागले!

विज्ञानाने वैद्यकशास्त्रात आयुर्मर्यादा वाढवून क्रांती घडवून आणली. पूर्वीचे तथाकथित असाध्य रोग आता साध्य झाले. जन्माच्या वेळीच होणारे मृत्यू पुष्कळ कमी करण्यात आले. हे सर्व छान झाले; पण त्यामुळे लोकसंख्येत वाढ होऊ लागली आणि दिवसेंदिवस वाढत जाणाऱ्या मानवजातीचा सांभाळ कसा करायचा, ही समस्या निर्माण होत आहे.

वाढत्या लोकसंख्येला अधिक अन्न पुरवण्यासाठी, शेतकीसाठी संशोधने झाली. वेगवेगळी रासायनिक खते जमिनीतून अधिक अन्न उगवू शकतात, हे

मानवाला कळले. ही खते तयार करायला त्याने मोठाले कारखाने उघडले आणि हे कारखाने प्रदूषण वाढवीत आहेत.

'पृथ्वीवर प्रवास लवकरात लवकर करण्यासाठी एखादे साधन शोधून काढ' असे मानवाने विज्ञानाला सांगितले. विज्ञानाने पुरवलेल्या उत्तरातून विमाने निर्माण झाली. विमानातून 'आवाजाचे प्रदूषण' आले. एखाद्या विमानतळाजवळ राहणाऱ्यांना त्या आवाजाचा अनुभव आहे आणि नाइलाजाने त्याची सवयपण झाली आहे.

अनेक यंत्रे निर्माण करून विज्ञानाने मानवाला थोडक्यात आपली कामे उरकण्याची सोय करून दिली. पण त्यामुळे मानवापुढे प्रश्न आला. पूर्वी हीच कामे करण्यात जाणारा वेळ घालवावा कसा? आणि ही पोकळी भरून काढण्यासाठी बऱ्याच मानवांनी गुन्हेगारीचा आश्रय घेतला!

ही सर्व उदाहरणे विज्ञानयुगातील - आधुनिक काळातील आहेत. वैज्ञानिक शोधांनी मानवापुढे वाढून ठेवलेली अशी अनेक संकटे आहेत, पण त्यासाठी विज्ञानाला कितीसा दोष देणे योग्य आहे?

विज्ञानाने एअरकंडिशनर्स वगैरे साधनांचा शोध लावला. ती कशी निर्माण करायची हे मानवाला दाखविले. ही साधने पाहून मानव इतका हरखून गेला, की यांच्या निर्मितीत होणारे प्रदूषण त्याने दुर्लक्षिले. प्रदूषण न करता किंवा शक्य तितके कमी करून आणि त्याची झळ समाजाला न लागता याच साधनांची निर्मिती करता येईल का? हा प्रश्न त्याने विज्ञानाला विचारला असता, तर विज्ञानाने खचित त्याचे होकारार्थी उत्तर दिले असते. पण याकरिता मानवाला अधिक खर्च सोसावा लागला असता. 'कशाला हा खर्च करा' असा स्वार्थी आणि अदूरदर्शी विचार मानवाने केला आणि त्याला शेवटी प्रदूषणाच्या रूपाने ही किंमत मोजावी लागली.

वाढती लोकसंख्या हा विज्ञानाचा दोष नसून तो मानवाचाच आहे. एका जोडप्याने साधारण २.२ इतके सरासरी प्रजोत्पादन केले, तर मानवजातीत वाढ होणार नाही की पृथ्वी निर्मनुष्य होणार नाही. पण हे आत्मनियंत्रण मानवाला जमत नाही. काही राष्ट्रांनी आपली लोकसंख्या स्थिर ठेवून हे उद्दिष्ट असाध्य नाही हे दाखवले आहे. पण बहुसंख्य राष्ट्रांना हे शहाणपण सुचलेले दिसत नाही! किंवा माहीत असले, तरी कागदी ज्ञानापलीकडे त्यांनी त्याला किंमत दिली नाही. वास्तविक सुखी आयुष्याबद्दल ही आत्मनियंत्रणाची किंमत कमीच आहे, हे अजून सामान्य माणसाला पटलेले दिसत नाही. खत कारखान्यांचे प्रदूषण, विमानांचे

आवाज या प्रश्नांवरसुद्धा विज्ञानाकडे उत्तरे सापडतील. पण त्याकरिता किंमत मोजावी लागेल. कमीत कमी किमतीत शक्य तितका जास्त फायदा करून घेण्याची मानवी प्रवृत्ती आणि जोपर्यंत प्राणावर बेतत नाही तोपर्यंत एखाद्या समस्येकडे दुर्लक्ष करण्याची सवय हीच या प्रश्नाबद्दलच्या उदासीनतेच्या मुळाशी आहे.

मानवाची मानसिक परिपक्वता विज्ञानाच्या घोडदौडीच्या तुलनेत मागे पडल्याचे सर्वोत्तम उदाहरण मी दिलेल्या शेवटच्या बाबीत सापडेल.

साहित्य-संगीत-कलाविहीनः ।
साक्षात्पशुः पुच्छ विषाणहीनः ।।

या सुभाषितात मानव आणि पशू यांमधला फरक व्यक्त झाला आहे. मोकळा वेळ भरून काढायला मानवाजवळ साहित्य-संगीत-कला उपलब्ध आहेत, पण एक तर त्याला त्यांची गोडी लागत नाही, किंवा यांचा आस्वाद घेण्याची त्याची ऐपत नाही - मानसिक किंवा सांपत्तिक. जर विज्ञानाचा प्रचार सावकाश झाला असता, तर कदाचित अशी परिस्थिती आली नसती. पण आता ही परिस्थिती समोर उभी ठाकल्यामुळे तोडगा काढणे आवश्यक आहे.

विज्ञानजनित तंत्रज्ञानापासून होणाऱ्या अपायांची जाणीव गेल्या १०-१५ वर्षांतच प्रकर्षाने जाणवू लागली आहे. पाश्चात्य देशांत तांत्रिक प्रकल्पांना विरोध करणारे गट अस्तित्वात येत आहेत, ज्यांचा उद्देश जनतेला या प्रकल्पांपासून होणाऱ्या अपायांपासून सावध करणे हा आहे. अणुशक्तीच्या शांततामय प्रकल्पातही गैरवापरामुळे प्रदूषण निर्माण होते, डी.डी.टी.सारख्या कीटकनाशक द्रव्यापासून माणसाला अपाय होऊ शकतो, पृष्ठभागावर असलेल्या कोळशांच्या खाणींपासून (Strip Mining) वातावरण प्रदूषित होते इत्यादी प्रश्न जनतेसमोर मांडण्यात येत आहेत. त्यामुळे तंत्रशास्त्रीय प्रकल्पांवर पूर्वीपेक्षा अधिक काळजीपूर्वक विचार करण्याची प्रवृत्ती वाढत आहे. अमेरिकेत मोटारकार्सच्या एक्झॉस्टमधून येणारी द्रव्ये वातावरणात धूर आणि धुके वाढवतात हे निदर्शनास आल्यावर त्यांवर नियंत्रण घालणारी यंत्रे कारमध्ये लावण्यासंबंधी नियम करण्यात आले. अशा तऱ्हेची नियंत्रणे भारतात घालणे आवश्यक आहे, अन्यथा तंत्रज्ञानाचा अनिर्बंध वापर अखेर मानवसमाजाला भोवण्याची शक्यता आहे.

इंग्लंड आणि फ्रान्स या देशांनी बनवलेली, ध्वनीपेक्षा तीव्रतर वेगाने जाणारी कॉंकॉर्ड विमाने अमेरिकेत येऊ न देण्याचा कसोशीने प्रयत्न केला गेला. अशा विमानांचे दोन गैरफायदे असतात. एक तर ध्वनीपेक्षा वेगाने जाणारी वस्तू वातावरणात हादरा उत्पन्न करते, जो 'सॉनिक बूम'च्या स्वरूपात जमिनीवर जाणवतो. हा हादरामय

आवाज घरांना व प्रकृतिस्वास्थ्याला हानिकारक असतो. शिवाय आपल्या वातावरणात ओझोन वायूचा एक स्तर आहे, तो अशा विमानांच्या उड्डाणामुळे कमी होतो. या वायूमुळे सूर्यापासून येणाऱ्या, जीवस्वास्थ्याला

काँकॉर्ड विमान

हानिकारक अशा अल्ट्राव्हायोलेट किरणांपासून पृथ्वीतलावरच्या जीवसृष्टीचे रक्षण होते. या ओझोनच्या रक्षणासाठी ही विमाने वापरण्यावर निर्बंध घालण्यात आला.

काँकॉर्डला विरोध करण्यामागे मुख्य हेतू राजकीय होते - आणि अजूनही आहेत. वास्तविक लष्करी विमाने ध्वनिमर्यादा ओलांडून पुष्कळदा प्रवास करतात, तेव्हा वरील निर्बंध त्यांना का लागू केले जाऊ नयेत?

तरीही अशा तऱ्हेचा विरोध प्रथमपासूनच झाला, तर स्वनातीत (सुपरसॉनिक) विमानांच्या रचनेवर निर्बंध पडून त्यापासून होणारे अपायकारक परिणाम कमी करण्याची प्रवृत्ती वाढेल. आज जरी अशी विमाने प्रवासी वाहतुकीला कमीच वापरण्यात येत असली, तरी पुढेमागे इतर देशांना तशी विमाने बांधण्याचा मोह होईलच. म्हणून असा विरोध चालू राहाणे योग्य ठरते.

तंत्रशास्त्राने निर्माण केलेल्या महाभीषण शस्त्रांचे संभाव्य परिणाम पृथ्वीचा पूर्ण नाश करण्यास समर्थ आहेत, याची जाणीव झाल्याने त्यांचे साठे केलेले देश त्यांच्या वापराबाबत फार सावध आहेत. त्याउलट प्रदूषणासारखे संकट थोड्या प्रमाणावर हळूहळू वाढत असल्याने त्याची दखल अजून फारशी घेतली जात नाही.

तंत्रज्ञान आणि समाजकल्याण

रने दूबो यांनी लुई ले रॉय (Louis Le Roy) नावाच्या एका फ्रेंच लेखकांचे उदाहरण दिले आहे. त्यांनी १५७५मध्ये 'Vicissitude' (स्थित्यंतर) नावाचे एक पुस्तक लिहिले. त्याचा फ्रेंच, इटालियन आणि इंग्रजी या भाषांतून यूरोपमध्ये बराच प्रचार झाला. त्या वेळी यूरोपमध्ये पुनरुज्जीवनाचे (Renaissanse) युग सुरू झाले होते आणि साहित्य-संगीत-कला-तंत्रज्ञान यांच्यात अनेक प्रकारची नवनिर्मिती चालू होती. काही तंत्रशास्त्रीय शोधांचे समाजावर काय परिणाम व्हायला लागले होते, याची उद्‌बोधक चर्चा ले रॉयच्या ग्रंथात आहे, जी आजच्या काळातील समस्यांची आठवण करून देते.

चुंबकीय दिशादर्शकाचा नुकताच शोध लागला असल्याने खलाशांना नवीन भूभागांचे शोध लागत होते. 'पृथ्वी लहान झाली' अशी एक भावना त्यातून

निर्माण होत होती. पण त्याचबरोबर रोगांच्या प्रसारालापण संधी मिळत होती. पूर्वी एका भागातच मर्यादित असलेले रोग आता पृथ्वीवर इतर ठिकाणी पसरू लागले. मुद्रणतंत्राचा प्रसार झाल्याने मोठ्या प्रमाणावर लेखी ज्ञानाचा प्रसार होऊ लागला. पण त्याचबरोबर परस्परविरोधी विचारप्रवाह एकत्र येऊन तात्त्विक संघर्षांना सुरुवात झाली - आणि त्यातून युद्धांना! बंदुकीच्या दारूसारख्या युद्धोपयोगी संशोधनामुळे युद्धतंत्रात बदल होऊन त्याची विध्वंसकता वाढली. या सर्वांची दखल घेऊन ले रॉयनी खालील अर्थाचे उद्‌गार काढले -

"दीर्घ काळानंतर आज आपल्याला जगात इतक्या मोठ्या प्रमाणावर द्वेष, पावित्र्यहीनता, अप्रामाणिकपणा दिसत आहेत. भक्तिभाव नाहीसा झालाय, साधेपणा आणि सरळपणा यांची थट्टा होत आहे आणि न्याय तर नावापुरता उरला आहे. सगळीकडे गोंधळ, किंकर्तव्य-विमूढता दिसते. योजनेप्रमाणे काहीच घडत नाही!"

असे उद्वेगजनक उद्‌गार काढूनसुद्धा ले रॉय भविष्याबद्दल आशावादी होते! मानवांमध्ये विचारांची देवाणघेवाण, प्रवाससुलभतेमुळे दूरची माणसे जवळ येणे हे भविष्यकाळात मोठ्या प्रमाणावर घडत जाईल आणि आजच्या समस्यांवर मानव तोडगा काढील असा आशावाद व्यक्त केला होता.

मी नुकतीच चर्चिलेली सध्याची परिस्थिती आणि सोळाव्या शतकातली ले रॉयपुढची परिस्थिती यांत ढोबळ अर्थाने साम्य आहे, यात शंका नाही. आजच्या तंत्रयुगात मानवी मूल्ये नष्ट होत आहेत, यांत्रिकपणाची वाढ होत आहे, मानसिक शांती हरवली आहे. यातून मानवसमाजाला मार्ग काढणे आवश्यक आहे. त्यासाठी 'हा सर्व दोष विज्ञानाचा, तंत्रज्ञानाचा आहे' असे म्हणून घड्याळे मागे फिरवावीत की सध्या निर्माण झालेले धोके अन्य कारणांपासून असून त्यांचे निवारण करायचा जाणीवपूर्वक प्रयत्न करावा?

त्याकरता आपल्याला समंजसपणे भविष्यकाळाकडे नजर टाकली पाहिजे.

भविष्यवेध

या दृष्टिकोनातून मी आता एकविसाव्या शतकाकडे पाहतो आहे. अलीकडे अशा तऱ्हेचे भविष्यवेध पुष्कळदा घेतले जात आहेत. वेध घेणारे शास्त्रज्ञ किंवा तंत्रशास्त्रज्ञ असतातच; पण त्याशिवाय समाजशास्त्रज्ञ, लेखक, तत्त्ववेत्ते, समाजधुरीण अशाही अनेकांनी हे प्रयत्न केले आहेत. अर्थात, प्रत्येकाचा पाहण्याचा दृष्टिकोन वेगळा असतो. जी पार्श्वभूमी गृहीत धरून पुढचे आडाखे बांधले जातात, ती वेगळी असते, आडाखे बांधायची पद्धत वेगळी असते. त्यामुळे भविष्याचे जे चित्र चितारले जाते त्यातही सर्वत्र समानता नसते आणि

अर्थातच ‘२०२० की २०५०मध्ये जगातील परिस्थिती अमुक अमुक असेल’ अशा तऱ्हेची विधाने खरी ठरतील, असेही नाही.

आपण एकोणिसाव्या शतकाच्या शेवटच्या चारपाच वर्षांत एखाद्या विद्वानाला विसाव्या शतकाबद्दल असेच भविष्यचित्र रंगवायला सांगितले असते, तर त्याने अणुस्फोट, अंतराळ-संशोधन, दळणवळणातील प्रगती, संगणकीय क्रांती, विमाने आदींचा कितपत अंदाज लावला असता? आणि आज तर विज्ञान-तंत्रज्ञानाने आपल्या प्रगतीचा वेग पुष्कळच वाढवला असल्याने शंभर वर्षांपूर्वी सामाजिक चित्र ज्या वेगाने बदलत होते, त्यापेक्षा आताचे चित्र अधिकच वेगाने बदलत आहे. अशा स्थितीत भविष्याबद्दलचे आडाखे बांधणे म्हणजे मोठे धाष्ट्र्य ठरते. तरीपण आजच्या स्थितीतून आपण पुढे कुठे जात आहोत याचा थोडा तरी अंदाज बांधता आला, तर पुढचे व्यूहतंत्र आखणे सोपे जाते. म्हणून अशा तऱ्हेच्या भविष्यवाणीला अर्थ आहे, तिचा उपयोग आहे.

मी पुढे मांडलेले विचार माझ्या वैयक्तिक दृष्टिकोनातून असले, तरी त्यासाठी मला अनेक संस्थांनी आणि व्यक्तींनी गोळा केलेल्या आधारसामग्रीचा आणि विचारांचा उपयोग झाला आहे. एकविसाव्या शतकात काय स्थित्यंतर घडू शकेल, आजची कुठली स्वप्ने उद्या साकार होऊ शकतील, त्यासाठी कुठली आव्हाने पेलावी लागतील, यावर मी माझी मते मांडणार आहे आणि जगातील पार्श्वभूमीवर भारताकडून काय अपेक्षा आहेत याचाही थोडक्यात विचार करणार आहे.

काही दशकांपूर्वी मी कॅलटेकला भेट देत असताना तेथील बेकमन प्रेक्षागारात एक रोचक वादविवाद ऐकण्याचा योग आला होता. शास्त्रज्ञ फ्रेड हॉएल आणि विज्ञान कथालेखक रे ब्रॅडबरी यांच्यात चर्चा होत होती या विषयावर : ‘The Message of Science Fiction : Prophetic or Profane?’ विज्ञानकथांचा संदेश भविष्यदर्शी असतो की केवळ प्रस्थापित विचारांना अनादरयुक्त धक्के मारणारा असतो? मी त्या चर्चेत आता जात नाही; पण त्या प्रसंगी रे ब्रॅडबरी यांनी मांडलेला एक मुद्दा तेवढा सांगतो.

रे ब्रॅडबरी

ब्रॅडबरी यांचा जन्म १९२०मधला. ते म्हणाले की त्यांच्या जन्मापासूनच्या काळात, म्हणजे त्यांच्या त्या वेळेच्या सुमारे ४५ वर्षांच्या आयुष्यात, विज्ञान आणि तंत्रज्ञानाने इतकी स्थित्यंतरे घडवून आणली की त्यांत आणि विज्ञानकथांत

दाखवलेल्या कल्पनारम्यतेत त्यांना काही फरक दिसत नाही. म्हणजे आजपासून पुढल्या तीन-चार दशकांत घडणाऱ्या स्थित्यंतराची माहिती आत्ता मिळाली आणि ती एखाद्या कथेत आज घातली, तर ती एक उत्कृष्ट विज्ञानकथा ठरेल! थोडक्यात, उद्याचे वास्तव म्हणजे आजची विज्ञानकथा.

पुढल्या काही पानांत मी आजच्या माहितीवर आधारलेले भविष्याचे चित्र रेखाटण्याचा प्रयत्न करणार आहे. त्यातील काही मुद्दे विज्ञानकथेत बसण्याजोगे वाटले, तर रे ब्रॅडबरी यांनी मांडलेले विचार लक्षात घ्यावेत!

विज्ञानाची काही क्षितिजे

प्रथम भौतिक विज्ञानाची दखल घेऊ या. अलीकडे असा एक मतप्रवाह ऐकू येतो की, भौतिक विज्ञान आता अशा स्थितीला पोचले आहे, की त्यात नवीन उच्च कल्पनांना जागा नाही. माझ्या मते हा एक फसवा मतप्रवाह आहे. एका ऐतिहासिक उदाहरणातून हे स्पष्ट होईल.

एकोणिसाव्या शतकाच्या शेवटच्या भागात असाच मतप्रवाह होता. गुरुत्वाकर्षण कसे काम करते हे न्यूटनच्या नियमाने विशद केले होते, विद्युतचुंबकीय शास्त्राचे सखोल विवेचन मॅक्सवेलच्या समीकरणांतून होत होते व उष्णता आणि उष्मागतिकीचा (Thermodynamics) विषय खूप प्रगत अवस्थेत होता. अशा स्थितीत भौतिकशास्त्रातल्या बहुतेक मूलगामी रहस्यांची उकल झाली, असे अनेक अनुभवी शास्त्रज्ञांना वाटत होते. असे असूनही विसावे शतक उजाडता उजाडता दोन क्रांतिकारी नियमांचा शोध लागला. क्वांटम थिअरी आणि रिलेटिव्हिटी थिअरी - पूंजवाद आणि सापेक्षतावाद - या दोघांनी भौतिकशास्त्राचे रूपच पार बदलून टाकले.

जे.बी.एस. हाल्डेन

जे.बी.एस. हाल्डेन यांनी एक इशारा दिला आहे : The Universe is not only queerer than we suppose, it is queerer than we can suppose. विश्व आपण तर्क करतो त्यापेक्षा तर विचित्र आहेच, ते आपण जेवढा तर्क करू शकतो त्याहीपेक्षा विचित्र आहे.

पुष्कळदा मानवी प्रयत्न एका टप्प्यापर्यंत यशस्वी होतात आणि मग आव्हाने संपली की त्यांचा जोर कमी

होतो आणि अशी भ्रांती निर्माण होते की, आता सर्व प्रश्न सुटले. वास्तविक अधिक उच्च दर्जाचे अधिक खोल प्रश्न अजून दिसलेले नसतात, इतकेच! एखादा मोठा डोंगर चढताना एक शिखर गाठल्यावरच मागचे त्याहून उंच शिखर दिसते.

हबल अंतराळ दुर्बिणीने पृथ्वीवरून न दिसणाऱ्या सुदूर विश्वाची चुणूक दाखविली आहे. त्यातून काही पूर्वकल्पनांना धक्का पोचतो. पुढील काही वर्षांत अंतराळात आणि भूतलावर विविध दुर्बिणींची खैरात होणार आहे. शंभर वर्षांपूर्वी खगोल-वैज्ञानिकांत वाद होता, की सूर्यमाला आकाशगंगेत केंद्रस्थानी आहे की नाही? तसेच, आपल्या आकाशगंगेबाहेर विश्वाचे अस्तित्व दिसते का, हाही वादाचा विषय होता. आजच्या दुर्बिणी त्या काळातल्या दुर्बिणींच्या हजारपट दूर पाहू शकतात. तसेच केवळ दृश्यप्रकाशच नव्हे, तर इतर लांबीच्या लहरीपण आज विश्वाचे वेध घेत आहेत. पण पूर्वीचे वाद आज संपले, म्हणून सर्व काही समजले आहे, अशातला भाग नाही. उलट त्यांतून नवे प्रश्न निर्माण होत आहेत. मला वाटते, पुढील शतकातील निरीक्षणातून विश्वाच्या रचनेचे अधिक स्पष्ट दर्शन होईल आणि सध्याच्या माहितीवरून तयार केलेली विश्वाची 'मॉडेल्स' टाकाऊ ठरतील.

अतिविशालापासून दुसऱ्या टोकाकडे - अतिसूक्ष्माकडे गेलो, तर सध्या एक अडथळा समोर येतो. सूक्ष्मातिसूक्ष्माचा अभ्यास करायचा सर्वमान्य प्रायोगिक मार्ग म्हणजे अतिऊर्जित कणांना एकमेकांवर आपटवून पाहायचे. अशा टकरीतून त्यांच्या रचनेचे रहस्य बाहेर पडेल. पण अडचण अशी, की प्रस्थापित सिद्धान्ताला तपासून पाहायला जितकी ऊर्जा अशा सूक्ष्म कणांना पुरवावी लागेल, त्याच्या सहस्राब्जांशानेदेखील ऊर्जा सध्याचे तंत्रज्ञान पुरवू शकत नाही. मग सूक्ष्मकणांच्या बाबतीत सिद्धान्ताने केलेली भाकिते तपासून पाहायची कशी? The proof of the pudding lies in the eating या तत्त्वाप्रमाणे प्रायोगिक तपासणीशिवाय वैज्ञानिक सिद्धान्ताला मान्यता लाभत नाही. ही सध्याची ऊर्जेची दरी बुजवणे हे ह्या शतकातील एक मोठे प्रायोगिक आव्हान ठरेल.

भौतिकशास्त्रात अतिविशाल आणि अतिसूक्ष्म दोन्ही टोकांना भरपूर खाद्य पुरविणारी आजची आव्हाने जरी पुढील शतकात सुटली, जरी त्यांवर तोडगे मिळाले, तरी याचा अर्थ भौतिकशास्त्र संपले असा होत नाही. कारण त्या स्थितीत अधिक प्रगल्भता लाभल्यामुळे मानवाला त्या पुढचे प्रश्न दिसू लागतील... जे प्रश्न म्हणूनदेखील समजायची पात्रता आज त्याच्यात नाही.

मी भौतिकशास्त्राबद्दल प्रथम लिहिले, कारण त्या विषयाची मला थोडीफार माहिती आहे. पण सामान्यपणे असे म्हटले जाते, की पुढचे शतक हे जीवशास्त्रावरील मूलभूत संशोधनासाठी तसेच उपयोजित संशोधनाकरितासुद्धा लक्षणीय ठरेल. विसाव्या शतकाच्या मध्यावर डी.एन.ए.च्या रचनेचा शोध लागला आणि जीवशास्त्राला एक वेगळाच संवेग लाभला. आज ते संशोधन पुष्कळच पुढे गेले आहे आणि त्याचा एक दाखला म्हणजे मानवी जीनोम प्रकल्प (Human Genome Project).

या प्रकल्पाचा मुख्य उद्देश आहे मानवी शरीरातील २३ गुणसूत्रांत (Chromosomes) लपलेल्या सुमारे एक लाख जीन्सचा 'नकाशा' तयार करणे. शरीराच्या वेगवेगळ्या अवयवांत विभिन्न संख्येने जीन्स आहेत. उदाहरणार्थ, मेंदूत सुमारे ३,१९५, तर हृदयात १,१९५ आणि छोट्या आतड्यांत २९७. या मार्गाने जीन्समधले डी.एन.ए.चे अनुक्रम मापणे चालू झाले आहे आणि त्यात वेगाने प्रगती होत आहे. १९९४ साली ४,७०० जीन्स शोधले गेले, तर १९९६ मध्ये हा आकडा १६,३५४पर्यंत पोचला. एकंदर प्रकल्प त्याच्या नियोजित वर्षाच्या म्हणजे २००५ सालच्या आधीच पूर्ण झाला.

जीन्सच्या नकाशातून अनेक गोष्टींचा उलगडा अपेक्षित आहे. आनुवंशिक आजारांची जीन-पार्श्वरेषा (Genetic Profile) उपलब्ध झाल्यावर त्या आजारांवर पुष्कळ माहिती मिळेल. प्रत्येक व्यक्तीच्या 'जीन-कार्ड'वर त्याच्या संभाव्य आनुवंशिक आजारांची माहिती उपलब्ध होऊ शकेल. फार काय, पुढेमागे (संभाव्य काल २०२०-२०३० दरम्यान) प्रत्येक व्यक्तीला औषधाच्या दुकानातून त्याचे स्वत:चे डी.एन.ए.चे अनुक्रम एका सीडीवर (किंवा तत्सम रेकॉर्डवर) मिळू शकतील. ही रेकॉर्ड म्हणजे त्या व्यक्तीची रचना-पुस्तिका (Construction Manual) समजावी!

रोगांचे निदान करण्यासाठी, रोग होण्याची शक्यता टाळण्यासाठी आणि त्यांच्या इलाजांसाठी नवनवीन तंत्रज्ञान उभारण्यासाठी या माहितीचा पुष्कळच उपयोग होईल. कॅन्सरसारखे दुर्धर रोग आटोक्यात आणण्यात या प्रगतीचा निश्चितच फायदा होईल. आणि हे सर्वसाधारणपणे २०२० सालपासून शक्य व्हावे.

तंत्रज्ञानाच्या नव्या दिशा

भविष्याकडे पाहताना साहजिकच विचार मनात येतो, की काय हा वेग पुढे असाच वाढत जाणार? अलीकडच्या सर्वेक्षणातून या प्रश्नाचे होकारार्थी उत्तर

मिळते. कारण नवनवे तंत्रज्ञान अनेक मार्गांनी आपल्या जीवनात घुसू पाहत आहे. काही उदाहरणे पाहा.

१. अर्थात सर्वात लक्षणीय वाढ झाली संगणकक्षेत्रात. मूरच्या नियमाने या वाढीचे यथार्थ वर्णन केले आहे. 'संगणकाची गणनक्षमता आठव्या महिन्यात दुप्पट होते.' १९५०पासून आजपर्यंत ही क्षमता दहा अब्ज पटींनी वाढली आहे. याचे कारण ठोस पदार्थांच्या भौतिकशास्त्रातील लक्षणीय वाढ. लहानात लहान पृष्ठभागावर संगणकीय आदेश इकडून तिकडे नेऊ शकणारे मार्ग चितारणे ही कला विलक्षण झपाट्याने प्रगती करत आहे. त्याचबरोबर अशा मायक्रोप्रोसेसर्सच्या किमती झपाट्याने कमी होत आहेत. छोटे-वेगवान-स्वस्त अशा दिशेने हा प्रवास चालू असल्याने असेही भविष्य वर्तवले जाते, की पुढील २०-२५ वर्षांत एका डेस्कवर मावणाऱ्या संगणकाची शक्ती आजच्या सिलिकन व्हॅलीतल्या सर्व संगणकांइतकी असेल!

मायक्रोप्रोसेसर

२. एके काळी 'वायरलेस'चा अर्थ रेडिओ असा केला जाई, कारण रेडिओमध्ये कार्यक्रम पोचवण्याचे काम रेडिओ लहरी कुठल्याही तारेचे माध्यम न वापरता करतात. आज वायरलेस टेक्नॉलॉजी सेल्युलर फोनच्या रूपात पसरायला लागली आहे. 'डिजिटल चिप्स'चा उपयोग करणारी ही यंत्रणा, जसजशी चिप लहान होत चालली, तसतशी अधिक कार्यक्षम आणि कमी बोजड होत चालली आहे. सेल्युलर फोन रिस्ट-वॉचसारखे मनगटावर बांधण्याचा काळ फार लांब नाही. भविष्यातील घरात आणि ऑफिसमध्ये टॅब-पॅड-बोर्ड पद्धतीचा वापर दिसेल. टॅब म्हणजे व्यक्तीने आपल्या खिशावर लावायचा बॅजच! पण त्यामार्गे त्याचा इतरांशी संपर्क राहतो. कारण टॅब म्हणजे फोनचाच प्रकार. पॅड हा लिहायच्या कागदासारखा, पण त्यात संगणकीय क्षमता समाविष्ट असते; तर बोर्ड हा भिंतीवर लावायचा, पण त्याचा उपयोग लिहिण्याशिवाय टी. व्ही. स्क्रीनसारखापण. त्याचा वापर निरीक्षण, टेलिकॉन्फरन्सिंग आदींसाठी होईल.

टॅब

३. इलेक्ट्रॉनिक्सच्या युगातून आपण फोटॉनिक्सच्या युगात प्रवेश करायला सुरुवात केली आहे. जसजसा माहितीच्या आदानप्रदानाचा वेग वाढत जाईल, तसतसे इलेक्ट्रॉनच्या माध्यमातून ती पाठविणे अवघड होत जाईल. साधारणपणे अधिक वेगासाठी इलेक्ट्रॉनऐवजी फोटॉनचा वापर सुकर ठरणार आहे. फायबर ऑप्टिक्समध्ये तसे शक्य होते. बारीक फायबर्समधून हे प्रकाशकण सुलभतेने प्रवास करतात. त्यामुळे पूर्ण-प्रकाशावलंबी नेटवर्क अस्तित्वात येणार. ऑप्टिकल ॲम्प्लिफायर तयार करण्यात अनेक संशोधक गुंतले आहेत. साध्या ॲम्प्लिफायरमध्ये प्रकाशाचा इलेक्ट्रॉन माध्यमावर प्रभाव टाकून मूळ सिग्नलची शक्ती वाढवली जाते; त्याऐवजी इथे संपूर्ण प्रकाशाच्या माध्यमांचाच वापर होतो. ५० गिगाबिट्स प्रति सेकंदाहून जास्त वेगाने येणाऱ्या माहितीची शक्ती वाढवून देण्यासाठी ऑप्टिकल ॲम्प्लिफायर जास्त सक्षम ठरणार. इंटरनेटसारख्या यंत्रणेला भविष्यकाळात प्रकाशाच्या एका वेव्हलेंग्थवर लेसरची स्पंदने सेकंदाला सहस्र-अब्ज इतकी नेण्याच्या किमयेचा फायदा होणार. एकूण 'माहिती'ची वाहतूक-वर्दळ वाढत जाणार, त्यासाठी उपयुक्त असे महामार्ग खोलण्याकडे आजच्या भविष्यवेधी तंत्रज्ञानाची वाटचाल आहे.

फायबर ऑप्टिक्स

४. मी १९५७मध्ये केंब्रिज विद्यापीठात विद्यार्थी असताना तेथील एड्सॅक (EDSAC) संगणक वापरला होता. खोलीभर पसरलेल्या त्या धुडापेक्षा आज हाताच्या तळव्यात मावेल इतकी लहान चिप-यंत्रणा वापरणारा संगणक जास्त प्रभावी आहे. पण आकारमानाप्रमाणेच वापराच्या पद्धतीवरदेखील भर दिला गेल्याने आजचे संगणक पूर्वीच्या तुलनेत पुष्कळच 'वापरणाऱ्याचे मित्र' ठरत आहेत. एड्सॅकवर मशीनची भाषा वापरून कागदी टेपवर प्रोग्रॅम पंच करताना चुका निस्तरता निस्तरता नाकी नऊ यायचे. त्या तुलनेत आजचा संगणक हा वापरणाऱ्याशी उत्तम संवाद साधू शकतो. पण याही पुढे जाऊन, कीबोर्ड न वापरता संगणकाला सूचना देणे शक्य होईल. तसेच संगणकही

एड्सॅक संगणक

त्याची मते, भावना, इत्यादी चेहऱ्यावरून दाखवू शकेल! म्हणजे संगणकाचे प्रतिसाद 'विंडो'मधून त्रयस्थासारखे न येता जास्त आपुलकीने येतील! भावना दाखवणाऱ्या मूर्ती (ICONS) पडद्यावर उमटतील आणि पूर्वानुभवाने 'शहाणे' होण्याची प्रक्रियापण संगणकात चालू राहील. अधिक कार्यक्षमतेकडे नेणारा हा एक प्रकारचा उत्क्रांतिवादच नव्हे का?

५. १९७५-७६ च्या सुमारास भारतात SITE प्रकल्प - Satellite Instructional Television Experiment - राबवण्यात आला. त्याचा उल्लेख मी आधी केला आहे. देशात अशा काही खेड्यांत, जिथे येण्याजाण्यास रस्तेदेखील नव्हते, उपग्रहातून टेलीव्हिजन कार्यक्रमांद्वारे लोकशिक्षणाचा प्रयोग या प्रकल्पात करण्यात आला. प्रयोग यशस्वी झाला आणि त्यातून दुर्गम भागांशी संपर्क साधण्यात उपग्रहांचे तंत्रज्ञान कसे उपयोगी पडते, याचे प्रात्यक्षिक पाहायला मिळाले. आज ते तंत्रज्ञान पुष्कळ पुढे गेले आहे. सेल्युलर फोनच्या तंत्रज्ञानाचा फायदा दुर्गम स्थानांना जोडण्यात खचितच होईल, पण त्यांना पूरक अशी भूमिका उपग्रह वठवतील. पुढच्या शतकात लांब लांब अंतरावर ब्रॉडबॅण्डवर संवाद साधण्यात उपग्रहांची मदत होईल. शिवाय आत्तापर्यंतचा अनुक्रम पाहता वाढत्या काळाप्रमाणे दळणवळण जास्त जास्त उच्च फ्रिक्वेन्सीवर होऊ लागेल. १९५०-६०च्या दशकात ३-३० MHz वरून आता लवकरच ३० GHz पर्यंत मजल जाणार आहे. उच्च फ्रिक्वेन्सीवर जास्त माहिती पाठवता येते, पण पाठवण्याचे तंत्रज्ञान न्यून फ्रिक्वेन्सीपेक्षा जटिल असते. म्हणून ही कालक्रमाने होणारी सुधारणा. उदाहरणार्थ, डिश ॲण्टेनाच्या जागी आता फेज्ड अरे ॲण्टेना घेऊ लागले आहेत. भारतासारख्या विकसनशील देशाला फायबर ऑप्टिक्स नेटवर्कऐवजी हा मार्ग जास्त परवडण्यासारखा आहे.

सॅटेलाइट

६. विसाव्या शतकात मोटारकार, वेगवान आगगाड्या आणि विमाने यांनी परिवहनाच्या क्षेत्रात क्रांती घडवून आणली. कम्प्युटर नियंत्रणाचा प्रभाव तीनही क्षेत्रांत आहेच, पण वेळेच्या बचतीचे उद्देशही गाठले जात आहे. भारतात अजूनही ताशी ५५ कि.मी. (म्हणजे ३५ मैल) वेगापलीकडे सरासरी वेग ठेवणाऱ्या ट्रेन्सवर 'सुपर फास्ट' विशेषण लावून अधिभार

मॅगलेव्ह ट्रेन

आकारण्यात येतो ही गोष्ट वेगळी! पण जपानमधल्या आणि फ्रान्समधल्या वेगवान आगगाड्या ताशी २७० ते ३०० कि.मी. वेग गाठू शकतात आणि 'मॅगलेव्ह' गाड्या (चुंबकीय क्षेत्र वापरून तरंगत जाणाऱ्या गाड्या) लवकरच पुढल्या नजीकच्या काळात ताशी ४००-५०० कि.मी. वेग गाठू शकतील. अमेरिकेत मोटरकार आणि विमान यांच्या स्पर्धेमुळे आगगाड्यांचा व्हावा तितका विकास झाला नाही. हवेतले धक्के बसू नयेत म्हणून अशा अतिजलद गाड्यांसाठी खास बोगदे बांधावे लागतील. अशा बोगद्यांत वेगमर्यादा ताशी २००० कि.मी.पर्यंत वाढवता येईल. अशा स्थितीत मोठी व्याप्ती असलेल्या विस्तीर्ण देशांत (त्यात अमेरिका येतेच) आगगाड्यांना पुन्हा भाव चढेल. फार काय, महासागरांखालूनदेखील अशा गाड्या धावू शकतील. मोटारगाड्या अधिकाधिक 'यूजर फ्रेंडली', फार काय चालकाशी जुळवून घेणाऱ्या होतील. चालकाची मन:स्थिती, थकवा जाणून चालण्याची प्रवृत्ती त्यांच्यात आणली जाईल. अधिक दूरच्या भविष्यात स्वयंचलित गाड्या इच्छित स्थळी, ट्रॅफिक, रस्ता, हवामान इत्यादींची पूर्ण दखल घेऊन पोचू शकतील! आणि प्रदूषण कमी करण्यासाठी इंजिनांत सुधारणा सतत चालू राहीलच.

सबसॉनिक जेट

सुपरसॉनिक विमाने तंत्रज्ञानाला शक्य असली, तरी फारशी लोकप्रिय झाली नाहीत, कारण त्यापासून सॉनिक बूमसारखा आसमंताला होणारा उपसर्ग! खूप उंचीवरून ध्वनीच्या तिप्पट वेगाने जाणारी विमाने तंत्रज्ञानाला साधली, तरी या समस्येवर उपाय निघणे जरूर आहे. पण सबसॉनिक जेट्स ८०० प्रवाशांना घेऊन जाणारी, निकट भविष्यात वापरात येऊ शकतील.

७. अंतराळ संशोधनासाठी लागणाऱ्या यानांतही आमूलाग्र क्रांती होईल. यानासाठी लागणारे इंजिन कसे असेल? पाच वेगवेगळ्या पद्धतींवर संशोधन चालू आहे : न्यूक्लिअर-इलेक्ट्रिक प्रोपल्शन, लेजर प्रोपल्शन, सोलर इलेक्ट्रिक प्रोपल्शन,

सौर शिडे आणि इलेक्ट्रोमॅग्नेटिक धक्क्यांद्वारे त्वरण. प्रत्येक प्रकारचे फायदे-तोटे आहेत आणि वापर कशासाठी त्यावरून कुठली पद्धत योग्य ते ठरेल. अंतराळवीरांचे अंगावरचे स्पेस-सूट १००-२०० पौंड वजनावरून हलके होत होत ३०-४० पौंडांपर्यंत आलेत. त्यातही सतत सुधारणा चालू आहे. अर्थात माणसांनी सूर्यमालेतल्या इतर जागांवर जाण्यापेक्षा यंत्रे-रोबो पाठविणे अजूनही जास्त श्रेयस्कर मानले जाते. तरीपण मंगळावर पुढील १५-२० वर्षांत मानवाने पाय ठेवले, तर आश्चर्य वाटणार नाही.

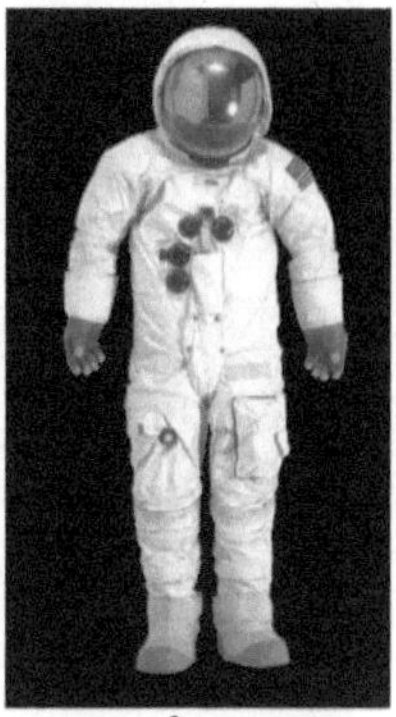

वजनाने हलका स्पेस सूट

८. परंतु एक मतप्रवाह असाही आहे, की इकडून तिकडे जाण्याची धावपळ कशाला? घरबसल्या सर्व कामे करता आली, तर रोजची ऑफिसला जाण्याची यातायात टळेल. घरबसल्या शाळा, घरबसल्या कॉन्फरन्सेस हे सर्व संगणक - अधिक दूरसंचार माध्यमांनी शक्य करून दाखवले, तर ऊर्जेची आणि वेळेची पुष्कळ बचत होईल. ही परिस्थिती पुढील दशकांत यायला हरकत नाही. अशा स्थितीत आवागमन हे जास्त करून पर्यटनासाठीच राहील.

९. पदार्थविज्ञानाच्या मूलभूत शोधांतून आपल्याला पुष्कळ काही मिळत आहे. इलेक्ट्रॉनिक्स, फायबर ऑप्टिक्स, हाय टेंपरेचर सुपर कंडक्टिव्हिटी आदी शोधांतून प्रचंड तंत्रज्ञान बाहेर आले आहे. यांत लक्षणीय बदल दिसून येतील असी काही क्षेत्रे पाहा. 'स्वयं-जुळवणी' या पद्धतीत माणसाने एखाद्या मोठ्या यंत्राचे भाग एकत्र आणण्याऐवजी ते स्वयंस्फूर्तपणे जवळ येऊन जुळतात... कारण तशी पद्धत निसर्गच आपल्याला दाखवून देतो. पदार्थांच्या नैसर्गिक गुणांचा वापर जुळवणीच्या कामासाठी निसर्ग जसा जास्तीत जास्त प्रमाणात करतो, तसाच यांत्रिक उत्पादनातही मानवाने घडवून आणावा. उदाहरणार्थ, सेमीकंडक्टर क्रिस्टलमध्ये सिलिकन आणि डोपिंगचे अणू कसे ठेवायचे, ते कृत्रिमरित्या न पाठवता त्यांच्या उष्मागतिकी गुणांतून ठरवणे सोपे असते. पुढेमागे, नैसर्गिक प्रवृत्तीचा वापर करून अतिसूक्ष्म इलेक्ट्रॉनिक

स्वयं-जुळवणी यंत्र

मेमरीचे एखादे यंत्र स्वत:चीच निर्मिती आणखी छोट्या घटकांपासून करू शकेल!

१०. याच पद्धतीत पुढे 'बुद्धिमान पदार्थांचा'पण विकास होईल. उदाहरणार्थ, शिडीवर फार वजन चढवले, तर शिडी सूचना देईल, की आता मी मोडण्याची शक्यता आहे. किंवा इमारती भूकंपाच्या वेळी आपोआप स्वत:ची शक्ती वाढवून, आहेत त्याच ठिकाणी शाबूत राहतील. आणि काही वस्तू 'आता वय झाले, आपल्याकडून पुरेसे काम होत नाही' असे 'म्हणून' निवृत्त होतील! ही कल्पनारम्यता नसून पुढेमागे घडणारे वास्तव आहे. पदार्थांच्याच नैसर्गिक गुणांचा वापर करून त्यांच्यात प्राप्त परिस्थितीला प्रतिसाद देण्याची क्षमता विकसित करणे, हा आजच्या संशोधनाचा आणि उद्याच्या वास्तवाचा विषय आहे.

११. कुठल्याही तंत्रविकसित समाजाची ऊर्जेची भूक वाढत जाते. जरी उत्खनन करून सागर आणि भूमीतून तेलाचे साठे जास्त कार्यक्षमपणे बाहेर काढले जातील, तरी शहाणपणाचा मार्ग काही पर्यायी ऊर्जेचा स्रोत शोधत राहण्याचा आहे. सौरऊर्जा ज्या प्रमाणात पृथ्वीकडे येते, ती आपल्या एकूण गरजेच्या १५,००० पट आहे. पण ती उपयोगात कशी आणायची? अंतराळात प्रचंड आरसे उभारून सूर्यप्रकाश केंद्रित करून त्यातील ऊर्जा पृथ्वीतलावर सूक्ष्म तरंगांच्या माध्यमातून पाठवणे हा एक पर्याय, तर सोलर सेल्स अधिक कार्यक्षम करणे हा दुसरा! दोन्ही मार्गांनी - किंवा आणखी काही नवा मार्ग सापडला, तर त्यातून - सौरऊर्जा अधिकाधिक प्रमाणात मिळविण्याचे प्रयत्न चालू राहतील. २०२५ साली ऊर्जेची गरज, वीजनिर्मितीच्या रूपात, सध्याच्या २६५ टक्क्यांनी वाढलेली असेल आणि सौरऊर्जा त्याच्या ६० टक्क्यांपर्यंत गरज भागवू शकेल, असा अंदाज आहे.

१२. ऊर्जेसाठी न्यूक्लिअर फ्यूजन हा दुसरा भविष्यवेधी मार्ग. पाण्यातला हायड्रोजन, किंवा अधिक सुकर म्हणझे हेवीवॉटरमधला हेवी हायड्रोजन (ड्यूटीरियम) इंधन म्हणून वापरून त्यापासून हीलियम निर्माण केला, की ऊर्जा मिळते. प्रत्यक्ष सूर्यच याचे प्रात्यक्षिक आहे. असे असताना हा

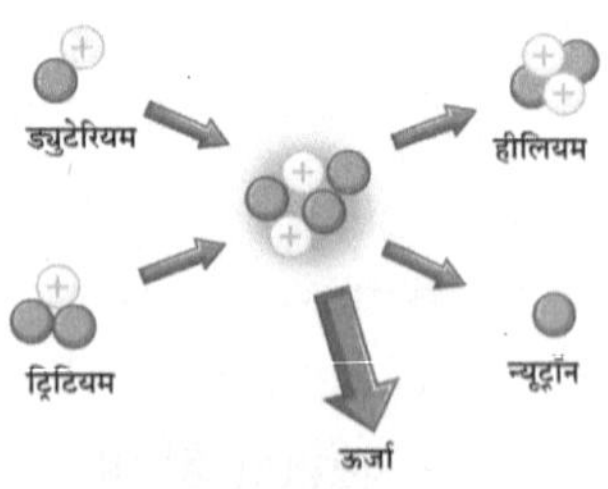

न्यूक्लिअर फ्यूजन

उपाय अजून का अमलात येत नाही? कारण तांत्रिक बाबी - मुख्यत्वेकरून प्रचंड दाबात, प्रचंड तापमानात, प्लाज्मा रूपात हे इंधन स्थिर धरून ठेवणे ही अत्यंत अवघड बाब आहे. त्यासाठी लेजर फ्यूजन, टोकामाक आदी पद्धतींवर संशोधन चालू आहे. सध्याच्या अंदाजाप्रमाणे फ्यूजनवर ऊर्जा निर्माण करणारी जनित्रे २०५०पर्यंत अस्तित्वात येतील.

ही झाली काही ठळक आणि निवडक उदाहरणे. याशिवाय आणखी पुष्कळ क्षेत्रे निवडता येतील. आरोग्याच्या क्षेत्रात आजवर झालेल्या प्रगतीचा आढावा घेताना तीन महत्त्वाचे टप्पे असे निश्चित करता येतील - योग्य उपाय वापरून स्वच्छता टिकविणे ही सामाजिक जाणीव हा एक टप्पा; योग्य प्रकारे भूल देऊन शल्यचिकित्सा, हा दुसरा टप्पा; व्हॅक्सिन आणि ॲण्टिबायोटिक्सचा वापर हा तिसरा टप्पा! याच मालिकेत आता चौथा टप्पा येत आहे जीन थेरपीचा. सदोष जीन शोधून बदलणे आणि त्यामुळे काही जन्मजात रोगांवर विजय मिळविणे हे आता शक्य झाले आहे. आणि जसजशी आपल्याला मानवी जीनबद्दल अधिक माहिती मिळत जाईल, तसतसे आपण काही दुर्धर वाटणाऱ्या रोगांना आटोक्यात आणू शकू. कॅन्सर, स्किड, हीमोफिलिया, एड्स आदी रोगांवर या मार्गाने उपाय शोधणे चालू आहे.

विसाव्या शतकाच्या अखेरच्या भागात निसर्गाचे महत्त्व पुन्हा पटायला लागले आणि औद्योगिक क्रांतीमुळे ढासळत चाललेला नैसर्गिक समतोल पुन्हा सावरण्याचे प्रयत्न सुरू झाले. एकविसाव्या शतकातल्या तंत्रज्ञानाला हा समतोल सांभाळण्याची दक्षता बाळगावी लागेल. पृथ्वीवरचा कचरा एका अंतराळयानात टाकून सूर्यात भिरकावून द्यायची कल्पना वास्तवात उतरवण्याजोगी नाही. पण १०,००० अंश तापमानाच्या प्लाज्मा भट्टीत सर्व तऱ्हेचा कचरा टाकून नष्ट करण्यावर संशाधन चालू आहे. (सामान्य भट्ट्या २००० सेल्सियसवर तापत नाहीत) सर्व प्रकारचे हायड्रोकार्बन, पीसीबी टॉक्सिन्स आदी या प्रचंड उष्णतेत भग्न होऊन द्रवीभूत होतात. हे द्रव थंड केले, की खडकात रूपांतरित होते, ज्यांचा उपयोग रस्ते बनविण्यासाठी होऊ शकतो.

जेनेटिक इंजिनियरिंगचा वापर शेतीसाठी होऊ सकतो. अधिक सुदृढ, रोगांना तोंड देऊ शकणारी वनस्पती या मार्गाने तयार होऊ शकते. त्याचप्रमाणे जमिनीतून अधिक अन्न उत्पन्न करायची किमया या मार्गाने साध्य होईल, अशी आशा व्यक्त केली जात आहे.

पृथ्वीपलीकडे जीवसृष्टीचा शोध

या भविष्यवेधी स्वप्नात मला एक भर घालावीशी वाटते. गेल्या २५ वर्षांत खगोल निरीक्षणांनी अनेक ताऱ्यांभोवती ग्रह असल्याचा शोध लावला आहे. अंतराळात प्रचंड वायुमेघात कार्बनिक रेणू सापडत आहेत. तेव्हा एखाद्या ग्रहावर आपल्याहून विकसित जीवसृष्टी असेल का? आपले रेडिओ तंत्रज्ञान एकविसाव्या शतकात इतके प्रगत झाले असेल, की १५-२० प्रकाशवर्षे अंतरापर्यंतच्या ताऱ्यांभोवती अशा जीवसृष्टीचा शोध लावू शकेल. विश्वात आपण एकटे आहोत का? या प्रश्नाचे नकारात्मक उत्तर मिळाले, आपण विश्वात एकटे नाही असे सिद्ध झाले, तर तो मानव-संस्कृतीच्या अख्ख्या इतिहासातला सर्वांत महत्त्वाचा शोध ठरेल.

या संदर्भात एक प्रयोग करून पाहण्याजोगा आहे. सुमारे १९७५च्या आसपास फ्रेड हॉएल आणि चंद्रा विक्रमसिंहा या दोघा ब्रिटिश शास्त्रज्ञांनी अशी कल्पना मांडली, की पृथ्वीबाहेर अफाट पसरलेल्या अंतराळात जीवाणू (Bacteria) मोठ्या प्रमाणात आहेत. काही लांबचे जीवाणू एखाद्या धूमकेतूचे वाहन वापरून म्हणजे त्यातून गोठवलेल्या अवस्थेत प्रवास करून पृथ्वीजवळ येतात आणि धूमकेतूच्या बहिर्भागाचे बाष्पीभवन होऊन शेपूट तयार झाली, की त्या शेपटीतून बाहेर पडतात. जर धूमकेतूची शेपूट पृथ्वीच्या वायुमंडलाला घासून गेली, तर त्यांचा शिरकाव वायुमंडलातून पृथ्वीवर होतो. अशा जीवाणूंतून पृथ्वीवर जीवसृष्टी उद्‌भवली, असा या दोघा शास्त्रज्ञांचा दावा आहे. पृथ्वीवरील रोगांच्या साथी या कल्पनेला पुष्टी देतात, असेही त्यांनी म्हटले आहे.

या कल्पनेला पुष्कळ विरोध झाला, तरी आता त्याबद्दल अनुकूलता वाढते आहे. जर आपण आकाशात फुगे सोडून त्यांना उपकरणे बांधून विविध उंचीवरील हवेचे नमुने गोळा केले, तर वरील सिद्धान्ताप्रमाणे प्रथम पृथ्वीपासून लांब जाताना जीवाणूंची संख्या कमी होईल, (हे पृथ्वीवरचे जीवाणू समजायचे!) तर पुढे जास्त उंचीवर ती पुन्हा वाढू लागेल; कारण 'वरून' आलेल्या जीवाणूंची संख्या वाढणार. असा प्रयोग भारतातील अंतराळ संस्थेने हाती घेतला असून त्यातून या सिद्धान्तावर प्रकाश पडण्याची अपेक्षा आहे.

काही चिंतेच्या बाबी

विज्ञान आणि तंत्रज्ञानाच्या वाढत्या आवाक्यामुळे काय काय शक्य होईल हे आपण पाहिले. रे ब्रॅडबरी यांनी म्हटल्याप्रमाणे आजच्या लहान मुलाला

आपल्या जीवनकाळात ही स्वप्ने साकार झालेली पाहायला मिळतील- जी स्वप्ने आज आपल्याला विज्ञानरंजक कथांचे विषय वाटतात. पण या नाण्याची दुसरी बाजूपण आहे. विज्ञान-तंत्रज्ञानाचे प्रभावी आयुध विधायक रूपात वापरण्याची प्रगल्भता जर समाजात नसेल, तर हे आयुध रचयित्याला किंवा वापरणाऱ्याला हानिकारक ठरेल. या विकट सत्याची काही चिन्हे आज दिसत आहेत. नमुन्यादाखल काही उदाहरणे पाहा. काहींचा उल्लेख या लेखात आधीपण झाला आहे.

पहिला अणुबॉम्ब

१. १९४५मध्ये पहिला अणुबॉम्ब वापरला तेव्हा प्रकल्पाचे प्रमुख ओपेनहायमर यांना भगवद्‌गीतेतल्या श्लोकाची आठवण झाली :

दिवि सूर्यसहस्रस्य भवेद्युगपदुत्थिता ।
यदि भाः सदृशी सास्याद्‌भासस्तस्य महात्मनः ।।

सहस्र सूर्यांच्या तेजाची उपमा सार्थ करणारा हा शक्तिस्रोत आता शेकडो काय, सहस्रपटींनी वाढून संपूर्ण मानवसंस्कृतीला संपवून टाकू शकेल. संहारक शस्त्रे आणि ती दूरवर पाठवू शकणारी अस्त्रे विविध राष्ट्रांच्या शस्त्रागारांत आहेत. विसाव्या शतकाने दोन जागतिक युद्धांत अपरिमित मनुष्यहानी पाहिली. पण तिसरे जागतिक युद्ध झाले आणि त्यात अण्वस्त्रे वापरली गेली, तर संपूर्ण प्राणिजगतच खलास होईल. दुर्दैवाने शीतयुद्ध संपल्यावरही अजून या साठ्यात कपात होण्याची चिन्हे दिसत नाही.

२. अणुऊर्जेसाठी वापरलेले इंधन - मग ती ऊर्जा घातक कार्यासाठी असो वा विधायक कार्यासाठी - मागे जो कचरा सोडून जाते, तोही डोकेदुखीचा स्रोत आहे. निव्वळ डोकेदुखीच नव्हे, तर कॅन्सरसारखे दुर्धर रोगही किरणोत्सर्गी कचऱ्यातून उद्‌भवू शकतात. एकंदरच हे तंत्रज्ञान जेमतेम पाच दशकांचे असल्याने दीर्घकालातून उद्‌भवणारे धोके आपल्याला कितपत माहीत झाले आहेत आणि आटोक्यात आणले आहेत, हे सांगणे कठीण आहे.

३. यंत्रांवर, संगणकांवर, स्वयंचलित साधनांवर अवलंबून राहण्याने जीवन सुटसुटीत, आरामशीर होत चालले असले, तरी पूर्वी अंगमेहनतीत जाणारा वेळ आता कसा घालवायचा यावर चिंता करायची वेळ आली आहे. अशा

प्रश्नांतून मानसिक रोग, मादक द्रव्यांचे सेवन, गुन्हेगारी प्रवृत्ती अशांना उत्तेजन मिळते. विकसित देशांना यांचा तडाखा बसू लागला आहे व An Idle man's mind is a devil's workshop या उक्तीचा प्रत्यय पाहायला मिळतो आहे.

४. एकविसाव्या शतकातील दैनंदिन जीवनात नियंत्रण, निर्णय, कृती इत्यादींची जबाबदारी माणसाकडून संगणकाकडे अधिकाधिक प्रमाणात जात राहणार. त्याचा परिणाम मानवाच्या मानसिक चौकटीवर निश्चितच होणार आणि तो बदल कल्याणकारी असणार नाही. स्वत:ला बुद्धिजीवी म्हणवणाऱ्या मानवाला 'आपण निरुपयोगी होत चाललो' असे वाटून अवमानाचा धक्का बसल्यास नवल नाही.

५. शेवटी एक प्रश्न आपल्या भाषेबद्दल! संगणकाच्या आणि दळणवळणाच्या सतत बदलत जाणाऱ्या निकट भविष्यात मराठीचे भवितव्य काय? ती टिकेल का?

या प्रश्नाचे उत्तर भाषेच्या उत्क्रांतीवर अवलंबून आहे. भाषेला या सी.डी. रॉमच्या युगात संगणकाशी जुळवून घ्यावे लागणार. भाषा लिहिण्याचे, संपादन करण्याचे संगणकीय मार्ग शक्य तितके उपयोगकर्त्याच्या सोयीचे (User Friendly) असले पाहिजेत. त्याचप्रमाणे विज्ञान-तंत्रज्ञानातले नवनवे पारिभाषिक शब्द भाषेला खपवून घेता आले पाहिजेत. पण त्याहूनही महत्त्वाचे म्हणजे भाषेत सतत नवनिर्मिती होत राहिली पाहिजे. ही नवनिर्मिती झपाट्याने घडणाऱ्या स्थित्यंतराला सक्षमपणे प्रतिबिंबित करणारी असायला पाहिजे.

कदाचित एक काळ असा येईल, जेव्हा सर्व राष्ट्रांचा सारखा विकास होऊन जीवनमानात सारखेपणा येईल. सगळीकडे समानता आली की मग लक्षणीय असे घडणार नाही. भौतिकशास्त्रात अशा स्थितीला 'उष्मागतिकीतला समतोल' (Thermodynamic Equilibrium) म्हणतात. त्या दशेत जीवन अतिशय कंटाळवाणे होईल. तशी स्थिती आज नाही आणि निकट भविष्यात येण्याजोगी नाही. आपण आशा करू या की तशी स्थिती पुष्कळ शतके उद्भवणार नाही.

आणि तोपर्यंत जीवनात विविधता आहे. हास्यरस आहे तसा कारुण्यरसही आहे. सामाजिक असमतोल आहेत, संघर्ष आहेत. विज्ञान-तंत्रज्ञानाच्या गतिमानतेमुळे सभोवतालची एकंदर स्थिती बदलते आहे. या गतिमानतेचे चित्र समर्थपणे प्रतिबिंबित करणाऱ्या भाषाच जिवंत राहतील आणि समृद्ध होतील.

आणखी एक स्थित्यंतर घडू पाहते ते ज्यांना आपण 'तीन आर' म्हणतो त्या 'रीडिंग', 'रायटिंग' आणि 'ॲरिथमॅटिक' तीन मानवी कलांबद्दल. एकविसावे शतक पुरे होण्याआधीच मला वाटते या तीनही गुणांची वाट लागेल. कशी ते आता पाहू!

तीन 'आर'चे भवितव्य

'रीडिंग, रायटिंग अ‍ॅण्ड ॲरिथमॅटिक'. तीन 'आर' म्हणून ओळखली जाणारी सुशिक्षितपणाची लक्षणे! माणूस 'शिकलेला' म्हणजे त्याला लिहिता-वाचता येते. त्यातून आकडेमोडीत कुशल असला, तर त्याहून वरच्या पायरीवरचा. एका टोकाला साक्षरता आंदोलनात न्यूनतम पातळी म्हणजे अक्षरओळख आणि स्वत:ची सही करता येणे. दुसऱ्या टोकाला अर्थातच मर्यादा नाही. प्रचंड ग्रंथालये आणि सतत वाढत जाणारी ग्रंथसंपदा विद्वत्तेच्या विस्तारणाऱ्या क्षितिजांची साक्ष देत आहेत. ग्रंथपालांच्या विविध काळज्यांत एक काळजी अशी की, पुढे येत राहणारे साहित्य ठेवायचे कुठे?

तीन 'आर'पैकी तिसऱ्या 'आर'ची वाट संगणकीकरण लावत आहे. पॉकेट कॅल्क्युलेटर आल्यावर पाढे पाठ करायची आवश्यकता भासेनाशी झाली. एका पिढीपूर्वी होते, तितके महत्त्व आज पाढ्यांना शालेय पाठांतरात राहिले नाही आणि हळूहळू असाही मतप्रवाह येईल की, जी काय आकडेमोड करायची, ती करायला कॅल्क्युलेटर असल्यावर ती विद्यार्थ्यांनी कशाला शिकावी? त्यांना गणिताची मूलतत्त्वे समजली की झाले. आकडेमोडीची गरज कशी कमी होत चालली आहे, याचे उदाहरण पाहा.

दोन पिढ्यांपूर्वी बरेच दैनंदिन हिशेब तोंडी करण्याची पद्धत होती. चिं.वि. जोशी यांच्या चिमणरावाचा गवळी महिन्याच्या दुधाच्या बिलाचा हिशेब तोंडी लावतो आणि तोच हिशेब कागद-पेन्सिल घेऊन त्याच्या मुलीला (शाळेत शिकणाऱ्या) जमत नाही. एके काळी तोंडी हिशेब लावणारे दुकानदार नंतर कॅश रजिस्टर वापरू लागले. सुरुवातीच्या जमान्यात रजिस्टरवर बेरीज असे, ती पाहून-वाचून दुकानदार पैसे वसूल करीत असे. नंतर हे बिल छापील येत असे. परंतु या सर्व क्रियेसाठी दुकानदाराला ग्राहकाने घेतलेल्या प्रत्येक वस्तूची किंमत रजिस्टरवर स्वत: नोंद करावी लागे. पुढे 'बार-कोड'चा जमाना आला. बार कोड हा प्रत्येक वस्तूवर लावलेला असतो. ते संकेत चिन्ह 'वाचणारा' स्कॅनर संगणकाशी जोडलेला असून कोडवरून स्कॅनर फिरवला, की किंमत संगणकात नोंदली जाते आणि पुढे बिलात येते.

याचा अर्थ विक्रेत्याला, म्हणजे 'गल्ल्या'वर बसलेल्या व्यक्तीला आकडेमोडच काय, पण किंमत वाचता येणेसुद्धा आवश्यक नाही. तरी शेवटी ग्राहकाने नोटा दिल्या, की त्या वाचून योग्य ती 'चेंज' परत देणे, हे कामदेखील संगणक करू शकतो. आणि या पुढची पायरी ग्राहकाने बँक किंवा क्रेडिट कार्ड दिले, की बिलाची रक्कम आपोआपच त्याच्या खात्यामधून वजा होईल. म्हणून आता आकडेमोड न जाणणारी, फार काय, अक्षरओळख नसलेली व्यक्तीसुद्धा व्यवहार करू शकते.

संगणकीकरणाने ग्रंथपालाची जागेबद्दलची अडचणही सोडविली आहे. अख्खे कपाट भरून पुस्तकातला सर्व मजकूर एका बारक्या सी.डी. रॉममध्ये साठविता येतो, वाचता येतो आणि त्या चकतीतून हव्या त्या पुस्तकातील हवे ते 'पान' वाचता येईल, अशी उपकरणे आहेत.

पण तुम्ही म्हणाल, दुकानात किंवा ग्रंथालयात कपाटातले पुस्तक तिथल्या तिथे वाचण्याची मजा वेगळी. किंवा गादीवर लोळत, हव्या त्या पोजमध्ये पडून पुस्तक वाचत झोपी जाणे हे सुख या सी.डी. रॉममध्ये नाही.

आज नसेल, पण उद्याची बात वेगळी! कारण पुस्तकाच्या आकाराची उपकरणे येत आहेत. मांडीवरचे संगणक आल्यावर अशा उपकरणांना काय तोटा? अशा एका संगणकीय 'पुस्तकात' हव्या त्या ग्रंथांमधला मजकूर भरून ठेवला, की तो त्या पुस्तकात केव्हाही उपलब्ध असेल.

सार्वजनिक वाचनालयात अमुक एक पुस्तक आणायला आपण जातो व 'ते पुस्तक 'इश्यू' झाले आहे, उपलब्ध नाही', हे ऐकून हिरमुसले होतो. तसे भविष्यात होऊ नये. ग्रंथालयाचे सदस्य झाल्यावर तुम्हाला ग्रंथालय संगणकीय पुस्तक देईल. जेव्हा तुम्हाला अमुक एखादा ग्रंथ वाचायचा असेल, तेव्हा त्या पुस्तकात त्या ग्रंथाचा मजकूर भरून ग्रंथालय तुम्हाला देईल. अशा तऱ्हेने अनेक वाचक एकाच वेळी एकाच लोकप्रिय ग्रंथाचा आनंद घेऊ शकतील.

साहित्य संमेलनांत किंवा अन्य व्यासपीठांवर वेळोवेळी चर्चा होतात - मराठी भाषा कशी टिकणार? अर्थात, भाषेला बहर येण्यासाठी त्यात उत्कृष्ट साहित्यनिर्मिती होत राहणे ही पहिली आवश्यक गोष्ट आहे. पण ती निर्मिती वाचकांपर्यंत पोचण्यासाठी, भाषेला आजच्या संगणकीय तंत्राचा वापर करणे आवश्यक ठरणार आहे. कागदाची वाढती किंमत आणि टंचाई यांवर मात करण्यासाठी इलेक्ट्रॉनिक माध्यमाचा वापर करण्याची जबाबदारी प्रकाशकांवर येणार आहे. पाश्चात्य जगात अनेक नियतकालिके आता या माध्यमातून येत आहेत.

मानवी हस्ताक्षरात ग्रंथ लिहिले जात होते, तेव्हा मुद्रणकलेच्या शोधामुळे मोठी क्रांती झाली. थोड्या वाचकांना उपलब्ध असलेले ग्रंथ जनसामान्यांपर्यंत पोचू शकले. आता तशीच क्रांती घडू पाहत आहे. त्या क्रांतीचा फायदा घेणे कुठल्याही भाषेला आवश्यक ठरणार आहे.

अर्थात या क्रांतीचे पडसाद जाणवणार, केवळ लेखक-वाचकांना नव्हे, तर सगळ्यांना. हळूहळू 'वर्ड प्रोसेसिंग' म्हणजे संगणकावर लेखन करणे, हे हस्तलेखनापेक्षा अधिक प्रचलित होणार, कारण या प्रकारात आपण लिहिलेल्या मसुद्यात हवे तसे काटछाट, फेरफार करू शकतो. खाडाखोडीचा प्रकार नाही. मराठीत वर्ड प्रोसेसिंग चालू आहे. त्याचा पुरेसा अभ्यास झाल्यावर मलाही तो वापरण्याचा मोह होणार.

अर्थात या प्रकाराने हाताने लिहिण्याची कला हळूहळू लुप्त होणार. ज्याप्रमाणे, पॉकेट-कॅल्क्युलेटरमुळे आकडेमोडीची कला लुप्त होत चालली आहे, त्याचप्रमाणे मला वाटते २०५० साली भरणाऱ्या साहित्य संमेलनात 'पुराणकालीन' लेखकांच्या हस्तलिखितांचे प्रदर्शन असेल. त्यांत पु.ल., कुसुमाग्रज, दुर्गा भागवत आदींच्या हस्तलिखितांकडे पाहून लोक कौतुकाने म्हणतील, ''हे लेखक आपल्या हाताने हे सर्व लिहीत होते...''

त्यामुळे सध्याच्या मापदंडाने आपले वंशज 'निरक्षर' होणार, कारण त्यांना अक्षरे लिहिण्याचा सराव नसेल. आणि निदान आज वर्ड प्रोसेसरवरील बटणे ओळखून ती दाबता येण्याइतपत अक्षरओळख आहे. पुढे आपण बोलतो, त्या आवाजाचे शब्दांत रूपांतर होऊन संगणकावर येऊ शकेल, हा काळही दूर नाही. म्हणजे स्टेनोग्राफरना सुट्टी!

तुम्ही म्हणाल, पण निदान सही तरी करता आली पाहिजे, नाही तर महत्त्वाच्या दस्तऐवजांचे काय होणार? तुम्ही केलेल्या सहीची जागा कोणता पर्याय घेऊ शकेल?

त्यावर उत्तर असे, की संगणकाद्वारे 'स्कॅन' करून बनावट सह्या करणे शक्य होईल आणि शेवटी लोक अशा निष्कर्षाप्रत येऊन पोचतील, की बोटांच्या ठशांना पर्याय नाही, म्हणजे प्रत्येक व्यक्तीच्या अंगठ्याच्या छापाचा वापर सहीची जागा घेईल. संगणकाद्वारे ठसे स्कॅन करून ही नवी सही खरी की बनावट, हे ठरविता येईल. याचा अर्थ, या ठशांना समाजात प्रतिष्ठा प्राप्त होईल. 'आम्ही तुमच्यासारखी सही करत नाही. बोटांचे ठसे स्कॅन करतो', असे पुढारलेले लोक मागासलेल्यांना सांगतील. दूरदर्शनवर सरकारी जाहिराती येतील, 'सही करणे सोडा, बोटांचे ठसे स्कॅन करा!' बोटांचे ठसे वापरणारा मागासवर्गीय नव्हे, तर प्रगत ठरेल!

अंकगणित गेले, पाठोपाठ लिहिणे गेले. वाचण्याचे काय? ते तर आवश्यक नव्हे का? मेंदूत माहिती पोहोचविण्याचा तो एक महत्त्वाचा मार्ग नव्हे का? म्हणून त्या तीन 'आर'पैकी वाचनकला जास्त टिकेल. पण किती वेळ? जसजसे मानवी मेंदूचे मानवाला अधिक आकलन होईल, तसे त्यात माहिती भरण्याचे वेगळे मार्ग निघतील. संगणकात माहिती भरतो, तसे डोक्याला इलेक्ट्रोड लावून मेंदूत माहिती भरणे शक्य होईल आणि मग वाचनासारखा पर्याय फार 'कार्यक्षम' नाही, म्हणून टाकाऊ ठरेल. हे सर्व केव्हा घडेल? आपण तर्क करतो, त्यापेक्षा निम्म्याहून कमी वेळात! कारण आपण तर्क करतो, ते आजची प्रगती पाहून आणि प्रगतीचा वेग दिवसेंदिवस वाढत आहे.

भारताची झेप कुठपर्यंत?

India 2020 – A vision for the New Millenium या पुस्तकात ए.पी.जे. अब्दुल कलाम आणि वाय.एस. राजन यांनी भारताच्या पुढील दोन दशकांचा भविष्यवेध घेतला आहे. हे पुस्तक एका दहा वर्षांच्या मुलीला अर्पण केले आहे, जिने डॉक्टर कलाम यांच्या भाषणानंतर त्यांची स्वाक्षरी मागितली होती. ''तुझी काय महत्त्वाकांक्षा आहे?'' असे डॉ. कलाम यांनी विचारले, तेव्हा तिचे उत्तर होते, ''मला विकसित भारतात राहायचे आहे.''

ज्या देशांचा GDP (पूर्ण देशांतर्गत उत्पादन : Gross Domestic Product) १०० अब्ज डॉलरवर आहे, अशा देशांना जर 'मोठे देश' मानले, तर त्यात भारताचा समावेश १९८०पासून झाला. त्या वेळी यातील १९ देशांच्या सुमारे ८,१६८ अब्ज डॉलर एकूण उत्पादनाच्या केवळ १.७४ टक्के भाग भारताचा होता. १९९६मध्ये या देशांत भारत १५व्या ठिकाणी होता. तेथून २०२०मध्ये पाचव्या स्थानावर पोचायला त्याच्या उत्पादन वाढीचा दर ७ टक्के ते ९ टक्क्यांपर्यंत वाढवत न्यावा लागेल, तर चौथ्या स्थानावर पोचायला यातील वाढ २०१२ -२०२०च्या दरम्यान १३ टक्क्यांपर्यंत न्यावी लागेल. ही लक्ष्ये अवघड असली, तरी अशक्य नाहीत. त्यासाठी विज्ञान-तंत्रज्ञानाचा पाया भक्कम असायला पाहिजे. त्याचप्रमाणे वरच्या पायऱ्यांवर चढताना तिथे आधीच जाऊन बसलेल्यांचा विरोध होतो, त्याला समर्थपणे झेलले पाहिजे. साक्षरतेपासून उच्च शिक्षणाकडे निश्चित वाटचाल ठेवली पाहिजे. संततिनियमन करून लोकसंख्येची वाढ रोखली पाहिजे. आणि अंधश्रद्धा सोडून दैनंदिन जीवनात वैज्ञानिक दृष्टिकोन वापरला पाहिजे.

परंतु विकासाचे दंडक केवळ आकडेवारीने सांगण्यासारखे नाहीत. अशा जी.डी.पी. तक्त्यात खूप उच्चस्थानी असलेले देश 'सुखी' आहेत का, हा एक वेगळा पण महत्त्वाचा प्रश्न आहे. जीवन जगण्याचे समाधान हे कार-कम्प्युटर-एअरकंडिशनर्सनी मोजता येत नाही - ते मन:शांतीतून, व्यक्तीव्यक्तींतील जिव्हाळ्यातून जाणवते.

मला वाटते भारतीय समाजात, भारतीय उपखंडात, परंपरागत चालत आलेली जीवनमूल्ये हा त्या भागातला जी.डी.पी.मध्ये मोजता न येण्याजोगा अमोल ठेवा आहे. विकासाकडे जाताना ही जीवनमूल्ये हरवू नयेत, अशी दक्षता घ्यावी लागेल. लोकसंख्येला आळा घालताना छोटे कुटुंब निश्चितच आवश्यक आहे. पण ते स्थिर, टिकणारे, सुखी असावे. वृद्धांची काळजी हा प्रश्नही पाश्चात्य जीवनमूल्यांच्या अंधानुकरणाने अधिक बिकट बनू लागला आहे. मादक द्रव्यांचे सेवन तरुण पिढीत वाढत आहे, तेदेखील पश्चिमी वाऱ्यांमुळे.

मला स्वत:ला खात्री आहे, की पुढील वीस-पंचवीस वर्षांत भारत विकसित देशांच्या पंक्तीत जाऊन बसेल. पण त्याचे भारतीयत्व टिकून राहील का? सर्वच प्राचीन परंपरा कायम ठेवण्याजोग्या नाहीत. काही कालबाह्य झाल्या आहेत, तर काही वैज्ञानिक सत्यशोधनामुळे अंधविश्वास ठरल्या आहेत. त्या बाजूला काढून मानवी मूल्य जपणाऱ्या परंपरा टिकविण्यासाठी जबाबदारी आपल्या सर्वांची आहे.

विज्ञानाच्या लाटा - कालच्या आजच्या आणि उद्याच्या

१९५५-५६ची गोष्ट. मी बी.एस्सी.च्या संख्याशास्त्राच्या (स्टॅटिस्टिक्सच्या) वर्गात असताना एक दिवस आम्हा सर्व विद्यार्थ्यांना आकडेमोड करण्यासाठी खास यंत्रे पुरवण्यात आली. टाइपरायटरच्या आकाराच्या अशा यंत्रात दांडा फिरवून बेरीज, वजाबाकी, गुणाकार व भागाकार करता येत होता. किचकट आकडेमोड करताना आम्हाला ही यंत्रे म्हणजे पर्वणीच वाटत. पुढे त्यात सुधारणा हाऊन विजेची यंत्रे उपलब्ध झाली. त्यात दांडा फिरवण्याऐवजी बटन दाबून काम होत असे.

दोन वर्षांनी केंब्रिज विद्यापीठात गेल्यावर तेथे 'इलेक्ट्रॉनिक कम्प्युटर' पाहायला मिळाला. पाचशे चौरस फुटाच्या हॉलमध्ये विद्युत उपकरणांनी भरलेला

इलेक्ट्रॉनिक संगणक

तो संगणक पाहून मन थक्क झाले. या संगणकाला समजणारी सांकेतिक भाषा आम्हा विद्यार्थ्यांना शिकवण्यात आली. कागदी टेपवर यंत्राने भोकं पाडून गणिती सूचना त्या भाषेत संगणकाच्या 'डोक्यात' घुसवण्यात येत. क्लिष्ट भाषा आणि सूचनांचा अचूक क्रम आत्मसात करता करता नाकी नऊ येत. पण दहा वेळा चुकल्यानंतर अकराव्या वेळी सर्व काही जुळून संगणकाकडून उत्तर मिळाले की त्या सर्व यंत्रसमूहाचे कौतुक वाटे.

आज, केवळ काही दशकांच्या काळात संगणकांच्या विज्ञानाने इतकी मोठी मजल मारली आहे, की त्या खोलीभर यंत्रसमूहाचे काम एक पत्त्याच्या आकाराची चिप कितीतरी अधिक वेगाने करू शकते. आणि संगणकाला सूचना देणारी भाषा कितीतरी सुकर झाली आहे. हाताने चालवायच्या त्या यंत्रापासून व्हॅक्यूम ट्यूब, ट्रान्झिस्टर व सिलिकॉन चिप अशा पायऱ्या चढत आलेली ती विज्ञानाची एक लाट आहे.

लाट ही वर जाऊन खाली येते आणि परत वर जाते. हा वर-खाली जायचा क्रम चालू असतो. विज्ञानाचे शोध हे नेहमी ज्ञानात भर घालून त्याची पातळी वर नेत असतात. पण त्यांचे समाजावर होणारे परिणाम हे वर-खाली अशा स्वरूपाचे असतात. शिवाय भरती-ओहोटीप्रमाणे विज्ञानाच्या लाटा कधी वेगाने, तर कधी संथ स्वरूपात येतात. वेगाने येणाऱ्या वैज्ञानिक शोधांना समाज डोक्यावर उचलून घेतो पण पुढे त्यांचे संभाव्य परिणाम पाहून त्याबद्दल जागरूक साशंक किंवा चक्क उदासीनही होतो. हा लेख अशा चक्रनेमिक्रमाबद्दल आहे.

संगणकांचेच उदाहरण पाहा. १९८०च्या आसपास संगणकाचे तंत्रज्ञान इतके सुकर झाले की घरगुती संगणक तयार करून विकणाऱ्या बऱ्याच कंपन्या निघाल्या. त्यांच्या जाहिरातबाजीमुळे प्रथम प्रथम अशा संगणकांचा खप खूप झाला. ज्याप्रमाणे संगीताची आवड किंवा जाण नसलेल्या धनिकांच्याकडे स्टीरिओ सिस्टिम शोभेसाठी मिरवत असते, त्याचप्रमाणे 'पर्सनल कम्प्युटर' हे स्टेटस सिंबल झाले. पण पुढे हा उत्साह ओसरला आणि अनेक कंपन्यांचे दिवाळे निघाले.

अजून संगणकांच्या क्षेत्रात स्थिरता आलेली नाही. कारण तंत्रज्ञानात दिवसेंदिवस सुधारणा होत असून सहा महिन्यांपूर्वी घेतलेल्या संगणकापेक्षा कमी पैशांत अधिक कार्यक्षम संगणक आज मिळतोय अशी परिस्थिती आहे.

अशीच परिस्थिती विध्वंसक शस्त्रास्त्रांबाबत आहे. हिरोशिमावर टाकलेल्या बाँबपासून निघालेली लाट अजून धक्के देत वर जात आहे. अॅटम बाँब, हायड्रोजन बाँब, बॅलिस्टिक मिसाइल, न्यूक्लियर पाणबुड्या, लढाऊ विमाने... वाढत्या तंत्रज्ञानाचा फायदा घेऊन अधिकाधिक संहारक्षम उपकरणे अस्तित्वात येत आहेत. त्यामुळेच प्रत्यक्ष युद्ध जरी चालू नसले, तरी प्रतिस्पर्धी राष्ट्रे 'जुनी' उपकरणे टाकून 'नवी' साठवू पाहतात.

सर्वच लाटा वेगाने वर जात नाहीत. काही स्थिरावलेल्या दिसतात. जेव्हा रेल्वेट्रेन आणि मोटरकार या वाहनांनी एक क्रांती सुरू केली, तेव्हा त्या लाटेत घोडागाड्या वाहून गेल्या. पण विसावे शतक संपत आले, तरी तंत्रज्ञानाने ट्रेन आणि कार यांना मागे सारणारी नवी वाहने पुरवली नाहीत. जेट विमाने लांबचे पल्ले गाठतात; पण त्यांच्यामुळे ट्रेन आणि कारच काय, पण भारतात बैलगाड्यादेखील नामशेष झाल्या नाहीत. मुंबई-पुणे डेक्कन क्वीन ब्रिटिश अमदानीत जेवढ्या वेळात १२० मैलांचा पल्ला गाठत असे, तेवढाच वेळ (किंवा काकणभर जास्तच) आजही घेते. त्याचप्रमाणे समुद्रावरून जाणाऱ्या मोठ्या बोटींच्या वेगात लक्षणीय वाढ झालेली नाही.

लाट थोपवून धरण्याचे काम समाजाकडूनही होते. विमानांचा वेग वाढत वाढत जेट विमानांनी ध्वनीच्या वेगाची मर्यादा ओलांडली. ध्वनीच्या दुप्पट-तिप्पट वेगाने जाणारी लढाऊ विमाने आहेत; पण ब्रिटन व फ्रान्सच्या कॉंकॉर्ड तसेच रशियाच्या काही विमानांची अतिमर्यादित प्रवासी सेवा सोडल्यास जनसामान्यांसाठी अशी विमाने झाली नाहीत. कारण ध्वनीची मर्यादा ओलांडून जाताना उमटणारी हवेच्या धक्केची लाट खाली जमिनीवर राहणाऱ्यांना त्रासदायक असते. म्हणून बहुतेक देशांनी अशा वेगाने विमाने जाऊ देण्यास मनाई केली आहे.

विज्ञानजनित तंत्रज्ञानावर लगाम टाकायला लागणारी जागरुकता समाजात हळूहळू येऊ लागली आहे. एकीकडे जागरुकतेत आणि उलट अंधविश्वासामुळेच विज्ञान आणि तंत्रज्ञानाच्या वाढीस होणाऱ्या विरोधात जमीन-अस्मानाचा फरक आहे हे विसरता कामा नये. यूरोपातील औद्योगिक क्रांतीत आपल्याला दोन्ही प्रकारांची उदाहरणे सापडतात.

जेम्स वॉट याने वाफेची शक्ती जाणून तिचा उपयोग इंजिन चालवण्यासाठी केला. पुढे वाफेच्या इंजिनाने ओढली जाणारी ट्रेन अस्तित्वात आली. पण घोडे (किंवा इतर कुठलेही प्राणी) ओढत नसलेल्या या वाहनातून प्रवास करायला समाज का-कू करत होता. 'इथे जादूटोणा असला पाहिजे', 'अशा वाहनातून

जाण्यात धोका आहे' असा समज सुरुवातीला प्रचारात होता. त्यामुळे ट्रेनला लोकमान्यता मिळायला वेळ लागला.

ट्रेनप्रमाणे इतर यंत्रे चालवायला औष्णिक शक्ती वापरण्यात येऊन औद्योगिक क्रांती झाली. कोळसा हा औष्णिक शक्तीचा साठा म्हणूनच पुष्कळ वापरात येऊ लागला. पण आगगाडीच्या इंजिनाप्रमाणे इतर औद्योगिक यंत्रेदेखील धूर ओकू लागली आणि शहरांचे वातावरण प्रदूषित होऊ लागले. उदाहरणार्थ, इंग्लंडमधील यॉर्कशायर, लँकशायर व मिडलंड भागातील शहरे धुराच्या काळोखात गडप झाली. प्रदूषित वातावरणाचे दुष्परिणाम दिसत असूनही वाढत्या औद्योगिकीकरणावर लगाम घालणे समाजाला शक्य झाले नाही. अगदी अलीकडच्या काळात प्रदूषणावर निर्बंध घालावा म्हणून आग्रह धरणाऱ्या संघटना पुढे येत आहेत. भोपाळ किंवा चर्नोबिलमुळे आपल्याला प्रदूषणाच्या धोक्याची अचानक व धक्कादायक स्वरूपात जाणीव झाली. परंतु मुंबईसारख्या शहरात सतत चालू असलेल्या प्रदूषणाबद्दल आपण बेफिकीर राहतो.

प्रदूषणामुळे तंत्रज्ञान बंद केले पाहिजे, औद्योगिकीकरण थांबवले पाहिजे असे मुळीच नाही. पण प्रदूषण टाळता येते आणि त्या दिशेने यंत्रांच्या वापरात सुधारणा घडवून आणली तर? मात्र यासाठी अधिक पैसा मोजावा लागतो, ती तयारी पाहिजे.

याचे एक लक्षात घेण्यासारखे उदाहरण अमेरिकेतील मोटारगाड्यांचे आहे. लॉस एंजेलिससारख्या मोटारगाड्यांवर सर्वस्वी अवलंबून असणाऱ्या शहरात प्रदूषित वातावरणाचे कारण मोटारीतून बाहेर पडणारा धूर हे होते. या धुरातील प्रदूषित भाग गाळण्यासाठी कारच्या यंत्रात सुधारणा आवश्यक होती आणि पेट्रोलचे लेडपासून शुद्धीकरण हवे होते. दोन्हीला किंमत मोजावी लागणार होती. अखेर नियम बदलून त्या दोन्ही गोष्टी आवश्यक घोषित केल्यावरच त्या अमलात आल्या.

पूर्वी सांगितलेला (पान ३६) पुढील उतारा पाहा :

''दीर्घ काळानंतर आज आपल्याला जगात इतक्या मोठ्या प्रमाणावर द्वेष, पावित्र्यहीनता, अप्रामाणिकता दिसत आहेत. भक्तिभाव नाहीसा झालाय, साधेपणा आणि सरळपणा यांची थट्टा होत आहे आणि न्याय तर नावापुरता उरला आहे. सगळीकडे गोंधळ, किंकर्तव्य-विमूढता दिसते. योजनेप्रमाणे काहीच घडत नाही!''

वाचताना असे वाटणे साहजिक आहे की हा उतारा आजच्या परिस्थितीस उद्देशून आहे. परंतु नाही! हे विचार 'लुई ले रॉय' या लेखकाने १५७५मध्ये आपल्या 'व्हिसिसीट्यूड्स' (स्थित्यंतर) नावाच्या पुस्तकात व्यक्त केले होते.

हे पुस्तक लिहिले गेले, तेव्हा विज्ञान आणि तंत्रज्ञान यांचा उदय होऊ घातला होता. मुद्रणकला नुकतीच अस्तित्वात आली असल्याने माहिती आणि साहित्य अधिक लोकांपर्यंत पोचू लागले होते. चुंबकाचा शोध लागल्यामुळे समुद्रावर दिशा सापडणे सोपे झाले होते. आपला देश सोडून समुद्रीमार्गाने लांबवर प्रवास करायला त्यामुळे चालना मिळाली होती.

समाजाच्या दृष्टीने हे स्थित्यंतराचे दिवस होते. माहिती आणि दळणवळणात सुधार झाला की समाज बहिर्मुख होतो. बाहेरचे विचार आत व आतली माणसे बाहेर असे बदल घडून येतात. बदल भल्याकरता असतात, तसे बुऱ्याकरताही. पण केवळ बदल म्हणूनसुद्धा तो प्रथम-प्रथम अप्रिय वाटतो. विशेषकरून व्यवस्थित घडी बसलेल्या समाजाला! ले रॉयचा समकालीन समाज अशा बदलांमुळे भांबावून गेला होता. नवीन शोधांमुळे येणाऱ्या नवीन गोष्टी विद्यमान घडी विस्कटून टाकत आहेत अशा भीतीत होता. परंतु समाजाचे हे चित्र बिंबित करताना ले रॉय भविष्याबद्दल आशावादी होता. नवे ज्ञान पचवून समाज अधिक परिपक्व बनेल असा त्याचा विश्वास होता. पुढे येणाऱ्या नवोदय काळात हा आशावाद फलद्रूप झाला.

विज्ञानाच्या अशा लाटा आपल्या देशात पूर्वी आल्या होत्या का?

आर्यभटापासून ते भास्कराचार्यपर्यंतचा सुमारे आठ शतकांचा काळ भारतीय विज्ञानाच्या दृष्टीने सुवर्णयुग म्हणता येईल. खगोलशास्त्र आणि गणित या काळात विकसित झाले. ही एक संथशी लाट होती. त्या काळातील एक घटना नमूद करण्याजोगी आहे.

'आर्यभटीय' नावाच्या आपल्या पुस्तकात आर्यभटाने एक श्लोक दिला आहे :

अनुलोमगतिर्नौस्थः ।
पश्यत्यचलं विलोमगं यद्वत् ।
अचलानि भानि तद्वत् ।
समपश्चिमगानि लंकायाम् ।।

याचा अनुवाद असा होतो : नावेतून जाणारा ज्याप्रमाणे (काठावरच्या) स्थिर वस्तूंना उलट्या दिशेने जाताना पाहतो, त्याप्रमाणे स्थिर तारामंडल आपल्याला पश्चिमेकडे जाताना दिसते.

या श्लोकात आर्यभटाला काय अभिप्रेत होते? हेच की, पृथ्वी आपल्या उत्तर-दक्षिण अक्षाभोवती फिरते, त्यामुळे पृथ्वीवरून पाहणाऱ्याला तारे पूर्वेपासून पश्चिमेकडे जाताना दिसतात.

आर्यभटाचा हा मुद्दा आजच्या काळात सर्वमान्य असला, तरी त्या काळात विलक्षण समजला गेला. कारण त्या काळची विचारधारा अशी होती की, पृथ्वी स्थिर असून तारामंडल तिच्याभोवती फिरते. ग्रीक खगोलशास्त्रज्ञांचा हा सिद्धान्त त्या काळी सगळीकडे (म्हणजे भारतापासून यूरोपपर्यंत) मानला जात होता.

अशा पार्श्वभूमीवर आर्यभटाने केलेले विधान उठून दिसते. त्या काळी त्यावर काय प्रतिक्रिया झाली?

प्रचलित विचारांविरुद्ध मत मांडल्याबद्दल सोळाव्या व सतराव्या शतकात कोपर्निकस व गॅलिलिओ यांचा धर्ममार्तंडांनी पुष्कळ विरोध केला. त्यापूर्वी दोघांना प्रतिष्ठित आणि आदरणीय शिक्षक म्हणून समाजात स्थान होते. आर्यभटाची ही शिक्षक, संशोधक म्हणून ख्याती होती. पण त्याच्या विचारांवर क्षुब्ध प्रतिक्रिया झाली नाही. काही समकालीन विद्वानांनी तिकडे दुर्लक्ष केले. आर्यभटानंतरच्या खगोलशास्त्रज्ञांनी तो श्लोक प्रक्षिप्त तरी मानला, किंवा त्याचा वेगळाच अर्थ लावला! ब्रह्मगुप्त ह्या आर्यभटानंतरच्या एका खगोल्विदाने तर त्याची मूर्ख म्हणून संभावना केली.

एकूण, आर्यभटाच्या या श्लोकाचा प्रचलित विचारधारेवर काहीही परिणाम झाला नाही.

आज असे वाटते की, तत्कालीन समाजाने एक मोठी संधी गमावली. जर त्या वेळच्या विद्वानांनी या श्लोकावर प्रतिकूल मत व्यक्त केले असते, तर त्या वादातून नवीन विज्ञान पुढे आले असते, जसे कोपर्निकस-गॅलिलिओच्या बाबतीत झाले.

कदाचित या घटनेत एका प्रश्नाचे उत्तर सापडेल.

कोपर्निकस-गॅलिलिओ व न्यूटनपासून विज्ञानाची लाट जशी यूरोपमध्ये पसरली, तशी लाट आर्यभट-भास्कराचार्यापासून भारतात का नाही पसरली?

विज्ञान फलद्रूप व्हायला प्रश्नांचे, वादांचे, जिज्ञासेचे खतपाणी लागते. खत दर्शनीय नसते, त्याला वास घाणेरडा येतो, त्याचे कपड्यांवर डाग पडतात. परंतु त्याच्यामुळे झाडांना स्वादिष्ट फळे, सुवासिक व सुंदर फुले लागतात. विज्ञानसुद्धा अवघड प्रश्न विचारून, शंका व्यक्त करून, प्रस्थापितांच्या विरोधावर मात करून पुढे येते. 'बाबा वाक्यं प्रमाणम्' अशा धर्तीवर जिथे शिकवण होते, तिथे विज्ञान रुजत नाही.

आर्यभट असे का म्हणाला? त्याच्याकडे पुरावे कसले होते? ग्रीकांपासून मिळालेली शिकवण त्याने चूक का मानली? त्याच्या हयातीत त्याला हे प्रश्न कोणी विचारल्याचे दाखले नाहीत. उलट वर सांगितल्याप्रमाणे सारवासारव करायचे दुबळे प्रयत्न झाले. शंकराचार्य आणि मंडन मिश्र यांच्यात तत्त्वज्ञानावरचे वाद गाजले. तसेच वाद त्या वेळच्या खगोलशास्त्रज्ञांमध्ये का नाही झाले?

आपण गौरवाने सांगतो 'वेद अपौरुषेय आहेत'... त्यांचे अस्तित्व एका पिढीतून दुसऱ्या पिढीकडे पाठांतराने जात राहिले. पाठांतरे झाली; पण कोणी त्यांच्यातल्या ज्ञानाची वैज्ञानिक चर्चा केली का? त्यातील विधाने कोणत्या आधारावर केली गेली त्याबद्दल पृच्छा केली का? आज असे म्हणणारे लोक आहेत की वेदांत अमुक विज्ञान आहे, तमुक तंत्रज्ञान आहे. असेलही! पण असले, तरी त्याच्या आधारावर त्या तंत्रज्ञानाला मूर्त स्वरूप देण्याचे कोणाच्याच डोक्यात कधीच आले नाही. दोनतीन हजार वर्षांपूर्वी जेव्हा वेद तोंडी पाठ करून विद्यार्थ्यांना 'सुशिक्षित' केले जाई, त्या वेळी कोणाही विद्यार्थ्याने आपल्या गुरुला 'हे असे का?' असे विचारले का? मला वाटते विचारले असले, तरी त्याला उत्तर मिळाले असेल, ''मी माझ्या गुरुकडून असेच शिकलो. तेव्हा ते बरोबर आहे... जास्त खोलात शिरू नकोस.''

ज्या जिज्ञासेमुळे विज्ञान उत्पन्न झाले, ती जिज्ञासा मात्र खुद्द उपनिषदात सापडते. सृष्टीबद्दल अनेक प्रश्न उपनिषदकारांनी विचारलेले दिसतात. असेच प्रश्न आजचे वैज्ञानिक विचारत आहेत. पण त्या वेळची विज्ञानाची लाट नंतर कुठेतरी जिरून गेली.

विज्ञानाच्या लाटांचा वेग आज वाढताना दिसतो. ले रॉयच्या जमान्यात समाज जसा दिशाहीन झालेला होता, तसा आज दिसतो. याचे मुख्य कारण म्हणजे विज्ञानाच्या, तंत्रज्ञानाच्या भेटी पचवता-पचवता समाजाला अजीर्ण झाले असावे. यावर उपाय काय? भविष्यकाळात या लाटा अशाच वाढत्या वेगाने येत जाणार यात शंका नाही. प्रश्नाचे उत्तर शोधताना भविष्याचे थोडेफार चित्र प्रथम रेखाटलेले बरे.

स्वास्थ्य, माहिती आणि दळणवळण, ऊर्जेची भूक, शस्त्रास्त्रांचे साठे इत्यादींवर समाजाचे रूप अवलंबून असते - निदान सध्याच्या विज्ञानयुगात तरी.

वैज्ञानिक शोधांमुळे मानवी जीवनाची लांबी वाढली, रोगांवर आळा बसू लागला, मृत्यूचे प्रमाण कमी झाले. परंतु अविकसित आणि विकसनशील राष्ट्रांना लोकसंख्येला आळा घालता आला नाही. त्यामुळे विज्ञानाने दिलेल्या देणग्यांचा पुरेपूर फायदा या राष्ट्रांना अद्याप मिळत नाही. लोकसंख्या वाढू न देण्यात प्रगत राष्ट्रांनी यश मिळवले आहे. तेव्हा ही गोष्ट असाध्य नाही... मात्र त्यासाठी धार्मिक भावना, सामाजिक निर्बंध, अंधविश्वास इत्यादींवर तोडगे शोधावे लागतील, भारताला विज्ञानाने हरितक्रांतीची देणगी दिल्यामुळे तात्पुरते निभावून गेले. परंतु लोकसंख्येच्या वाढीला लगाम घातला नाही, तर पुढे बिकट परिस्थिती वाढून ठेवली आहे.

काही लोक म्हणतात की ज्या विज्ञानाने आम्हाला दीर्घायुष्य दिले, स्वास्थ्य दिले, तेच विज्ञान या प्रश्नावर तोडगा का शोधत नाही? पण इथे जबाबदारी विज्ञानाची नसून समाजाची, प्रत्येक मानवाची आहे. समजा, मुलगे होणार नाहीत अशी गोळी विज्ञानाने दिली, तर ती घ्यायची तयारी मानव दाखवेल का? घोड्यापुढे पाणी ठेवून भागत नाही. तहान लागली नसेल, तर तो ते पिणार नाही! शेवटी हा प्रश्न लोकशिक्षणाने व माहिती पुरवूनच सुटू शकेल आणि त्यासाठी माहितीची आधुनिक तंत्रे उपयोगी पडतील.

माहिती आणि दळणवळणात घडत असलेली क्रांती दूरवरच्या समाजांना एकत्र आणून त्यांच्यातले फरक कमी करत आहे. याचे फायदेही आहेत आणि तोटेही! डार्विनच्या सिद्धान्ताप्रमाणे स्पर्धेतून सुधारणा घडून येते. विज्ञानाच्या लाटेपुढे रूढी आणि अंधविश्वास फार वेळ टिकाव धरू शकणार नाहीत. अर्थात ज्यांना हे टिकावे असे वाटते, ते विज्ञानाला आणि त्यापासून मिळणाऱ्या माहितीला बाहेर ठेवू पाहणार. असा विरोध 'फंडामेंटलिजम'च्या नावाखाली होताना दिसतो.

विज्ञानाची लाट ऊर्जेच्या अभावामुळे थोपवली जाईल का? याचे कारण आधुनिक तंत्रज्ञानाला लागणारी ऊर्जेची गरज. पेट्रोल, कोळसा इत्यादींचे ऊर्जेचे साठे ही वाढती भूक भागवतील का? आणि किती काळ?

अर्थात ऊर्जेचे नवे साठे शोधले पाहिजेत. दोन प्रचंड साठे पृथ्वीवासीयांना उपलब्ध आहेत. सूर्यापासून मिळणारी ऊर्जा आपल्या गरजेच्या दहा हजार पटीहून जास्त आहे आणि ती अब्जावधी वर्षे पुरेल. मात्र ती उपयोगात कशी आणायची? सूर्यतेजाचे विद्युतीकरण कसे करायचे?

दुसरा साठा लहानग्या अणूत दडला आहे. हायड्रोजनच्या चार अणूंच्या

संयोगातून हीलियमचा अणू तयार होतो आणि त्यातून मुबलक ऊर्जाही मिळते. याच प्रक्रियेतून सौरऊर्जा तयार होते. पृथ्वीवर तीच प्रक्रिया संयमित स्वरूपात घडवून आणण्याचे प्रयत्न चालू आहेत.

या दोन्ही मार्गांतून भविष्यकाळात केव्हा ना केव्हा तरी ऊर्जा मिळवण्यात मानवाला यश मिळेल. मात्र तोपर्यंत नेहमीच्या मार्गाने मिळणारी ऊर्जा पुरी पडली पाहिजे.

विज्ञानाच्या लाटेला लगामच काय, पण पूर्णविराम मिळण्याची शक्यता खुद्द विज्ञानातच आहे. ज्याप्रमाणे रचनात्मक कार्यात विज्ञानाची लाट पुढे पुढे जात आहे, त्याप्रमाणे विध्वंसात्मक कार्यातही!

१९५७मध्ये स्पुटनिकच्या उड्डाणाने अमेरिकेला धक्का दिला. याचे कारण केवळ तंत्रज्ञानाच्या स्पर्धेमध्ये रशियाने बाजी मारली इतकेच नव्हते. अंतराळाचा वापर करणाऱ्याला पृथ्वीवर ताबा ठेवणे शक्य आहे ही जाणीव त्या धक्क्यामागे होती. आज पृथ्वीतलाची बारीक टेहळणी करणारे उपग्रह पृथ्वीभोवती घिरट्या घालत आहेत. अण्वस्त्रांच्या द्वारे अंतराळातून लढाई करणे जास्त परिणामकारक होईल याची जाणीव प्रगत देशांना आहे. म्हणून स्टार वॉर्ससारखे प्रकल्प कार्यान्वित होत आहेत.

विज्ञानाच्या अशा विध्वंसक संशोधनाविरुद्ध जनमत तयार होत आहे, ही समाधानाची गोष्ट आहे. खुद्द वैज्ञानिकांनी या विरुद्ध मोहीम उघडली आहे. परंतु ती कितपत यशस्वी होईल ही शंका आहे. कारण विधायक संशोधनाला पैसा मिळतो तो सरकारकडूनच. तेव्हा सरकारची मर्जी सांभाळूनच, विध्वंसक संशोधनाचा विरोध करण्यास बरेच वैज्ञानिक धजतील.

या लेखाचा शेवट आशावादात एका रचनात्मक लाटेच्या उल्लेखाने करतो. परकीय जीवसृष्टींचे अस्तित्व जाणून घ्यायला मानव उत्सुक आहे. आपली पृथ्वी सोडून इतरत्र कुठल्या ताऱ्याभोवताली एखाद्या ग्रहावर अतिप्रगत संस्कृती नांदत असेल का? हे शोधून काढायला एक उपाय म्हणजे जवळपासच्या ताऱ्यांजवळून येणाऱ्या रेडिओ लहरी पकडणे. जर त्या लहरींमध्ये माहिती भरली असेल, संदेश पाठवले जात असतील, तर आपल्याला घरबसल्या अशा संस्कृतीची माहिती मिळेल. अमेरिकन सरकारने अशा तऱ्हेचे प्रकल्प राबवले आहेत आणि पुढल्या पाचदहा वर्षांत अनेक जवळचे तारे या दृष्टीने तपासले जातील.

पुढल्या शतकात जर आपल्याला वरील प्रश्नाचे होकारात्मक उत्तर मिळाले, तर ती मानवी इतिहासातली सर्वांत महत्त्वाची माहिती ठरेल. आणि तीतून खचितच विज्ञानाची एक नवी लाट सुरू होईल.

◆ ◆ ◆

२.

वैज्ञानिक परंपरा

विसाव्या शतकाच्या उत्तरार्धास सर्वसाधारणपणे 'विज्ञान युग' म्हणून संबोधले जाते. शहरात राहणाऱ्या माणसाने आपली दिनचर्या लक्षपूर्वक अभ्यासली, तर वरील संबोधनाची यथार्थता त्याला लगेच उमजेल. सकाळी उठल्यापासून रात्री झोपेपर्यंत त्याच्या जीवनात येणाऱ्या गोष्टींचा अनेक वैज्ञानिक शोधांशी संबंध येतो. शहर सोडून आपण खेड्यात गेलो, तर तिथेही विज्ञानाचेच वाढते परिणाम दिसून येतात. भारतासारख्या प्रगतिशील, कृषिप्रधान देशातील शेतकरी वैज्ञानिक संशोधनाचा लाभ घेत असल्याचेही दिसून येते.

आजकालचे विज्ञानाचे महत्त्वाचे परिणाम पाहिले, तर दोन गोष्टी दृष्टीसमोर येतात. एक आपल्याला भविष्यकाळाकडे आकर्षित करते, तर दुसरी भूतकाळाकडे. विज्ञानाचा आणि त्यातून जन्म घेणाऱ्या तंत्रज्ञानाचा प्रभाव दिवसेंदिवस वाढत जाणार का? वैज्ञानिक संशोधनामुळे मानवी समाजाचे प्रश्न सुटतील का? की विज्ञान पचविण्यात अयशस्वी झाल्याने आपली समाजव्यवस्था उध्वस्त होईल? भविष्यकाळाचा अभ्यास करणारे तज्ज्ञ, समाजशास्त्रज्ञ आणि वैज्ञानिक यांच्यात वरील प्रश्नांसंबंधी बरीच चर्चा होत आली आहे. भविष्यकाळात समाज कोणत्या दिशेने जाईल या विषयी कोणीही, काहीही निश्चितपणे सांगू शकत नाही, त्यामुळे तज्ज्ञांमध्ये एकमत दिसले नाही, तर आश्चर्य वाटायला नको.

भूतकाळाकडे दृष्टी टाकली, तर आपल्याला एक वेगळ्याच प्रकारची अनिश्चितता आढळते. सुमारे दोन शतकांपूर्वी यूरोपमध्ये झालेल्या वैज्ञानिक विकासामुळे विज्ञानयुगाचा पाया घातला गेला. याच विकासाचे रूपांतर औद्योगिक क्रांतीत झाले. कोळशात लपलेल्या ऊर्जेचा उपयोग करून मोठमोठी यंत्रे चालविण्याची दीक्षा मानवाला विज्ञानाने दिली. नंतर ऊर्जेची अनेक रूपे हातात आली. आज कोळशाशिवाय पेट्रोल,

अणुशक्ती, पाण्याचे बंधारे, गोबर गॅस इत्यादी अनेक साधनांचा मानवाला दिनचर्येसाठी उपयोग होतो. पण आपण भूतकाळाकडे अधिकाधिक जाऊ लागलो, तर हे चित्र अस्पष्ट होत जाते. सामाजिक इतिहासात विज्ञानाचा नेहमीच महत्त्वाचा भाग राहिला आहे का? विज्ञानाला आजपेक्षाही अधिक महत्त्व देणारा काळ होता का?

जगातील खंडांपैकी यूरोप खंडामध्ये या प्रश्नाबद्दल बरेच संशोधन झाले आहे. उपलब्ध ग्रंथांचे सहकार्य घेऊन दोन-अडीच हजार वर्षांपूर्वीपासूनच्या, ग्रीक संस्कृतीपासून आजपर्यंत असलेल्या विज्ञान आणि समाज यांच्या परस्परसंबंधांविषयी आपण बरेच सांगू शकतो. यूरोप व्यतिरिक्त ज्या देशात इतिहास उपलब्ध नाही किंवा प्राचीन ग्रंथ नाहीत तेथे या प्रश्नांवर विचारविनिमय झाला नसेल, तर त्यात फारसे आश्चर्य नाही.

पण जेथे हजारो वर्षांपासून एक उच्च पातळीवरील संस्कृती अव्याहत चालत आली आहे, संगीत, साहित्य, कला यांची अखंड प्राचीन परंपरा आहे, तत्त्वज्ञानी आणि धर्मधुरंधरांनी समाजाला प्रेरणा दिली आहे अशा भारतासारख्या देशात विज्ञानाचे स्थान काय होते, या प्रश्नाची चर्चा तज्ज्ञांनी केली पाहिजे असे मला वाटते. याच उद्देशाने या लेखात चर्चेसाठी काही मुद्दे उपस्थित केले आहेत.

प्राचीन काळ

रामायण, महाभारत यांसारख्या प्राचीन ग्रंथांमधील संदर्भ खरे आहेत, असे आपण मानले तर त्यातून एका प्रगत तंत्रज्ञानाचा आभास मिळतो. पुष्पक विमान, संजयने दिव्य दृष्टीच्या मदतीने केलेले महाभारत युद्धाचे चक्षुर्वैसत्यं वृत्त, वेगवेगळ्या प्रक्षेपणास्त्रांचा उपयोग, मानवाचा पाण्याखालील वा आकाशातील संचार, संजीवनीसारखे औषध, आयुष्यमर्यादा वाढविण्यात मानवाने मिळविलेले यश; यांसारख्या अनेक कथा आपल्या पुराणात सापडतात. आपली प्राचीन संस्कृती एकदा विज्ञानयुगातून गेली आहे, आधुनिक काळात आपल्यासमोर येणारी नवनवी वैज्ञानिक संशोधने आपल्या पूर्वजांना माहिती होती. काही कारणाने गुप्त झालेली तीच आदिकालीन ज्ञानसंपत्ती आज पुन्हा प्रकट होत आहे, हे सर्व अशा संदर्भकथांच्या आधारेच सांगितले जाते.

वरील मते विवादास्पद आहेत. मनुष्याची कल्पनाशक्ती अमर्याद आहे. आपल्या आसपास निसर्गात घडणाऱ्या घटना पाहता पाहता तो त्यात कपोलकल्पित गोष्टीही जोडत जातो. मनुष्याची कल्पनाशक्ती किती दूरवर जाऊ शकते, त्याचे उदाहरण आपल्या कथा-कहाण्यांतून मिळते. अशाच कविकल्पना आपल्या पुराणातही घुसल्या असतील का? विशेषतः आपले वेद, उपनिषदे

यांसारखे प्राचीन ग्रंथ शेकडो वर्षे लिखित स्वरूपात नव्हे, तर मुखोद्गत स्वरूपात एका पिढीपासून दुसऱ्या पिढीपर्यंत पोचले हे लक्षात घेतले, तर हळूहळू नव्या गोष्टी या ग्रंथात घुसल्या असतील, यात काही अस्वाभाविक वाटत नाही.

मात्र मनुष्याची कल्पनाशक्ती अमर्याद असली तरी ती काही वास्तविक अनुभवांवरच आधारित असते असे वरील मताचा पाठपुरावा करणारे म्हणू शकतात. त्यामुळे पुराणातील अधिकांश चमत्कार काल्पनिक असले, तरी त्यात थोडेफार सत्य असण्याची शक्यताही आहे.

हे मतभेद संपुष्टात आणण्यासाठी अशा प्रकारच्या काही वैज्ञानिक संशोधनाची चर्चा आपल्या पूर्वजांनी केली असेल असे काही ग्रंथ या मताच्या प्रवर्तकांनी प्रकाशात आणले पाहिजेत असे मला वाटते. एखाद्या 'मॅन्युअल'च्या स्वरूपात हे ग्रंथ आले, तर ते वाचून आपल्याला त्या संशोधनाची पुनर्रचना करता आली पाहिजे. उदाहरणार्थ, विमानबांधणीचे वर्णन असलेला ग्रंथ सापडला, तर त्याच्या मदतीने आपण विमानाची बांधणी करू शकू का? अद्याप तरी असा ग्रंथ आपल्यासमोर आला नाही.

दीर्घतमा ऋषी

दीर्घतमा ऋषींना सूर्याची अंतर्गत रचना परिचित होती, असे वैदिक ऋचांचे विवेचन करून दाखवून देण्याचा प्रयत्न करणाऱ्या एका लेखकाचा आधुनिक ग्रंथ मी पाहिला आहे. सूर्याच्या केंद्रस्थानी असणाऱ्या अतिउष्णतेमुळे आणि दबावामुळे परमाणू प्रक्रिया होतात आणि त्यांत हायड्रोजन हिलियममध्ये रूपांतरित होतो, असे आधुनिक खगोलशास्त्र सांगते. या प्रक्रियेमुळे ऊर्जानिर्मिती होते आणि ती सूर्यप्रकाशाच्या रूपाने सूर्यातून बाहेर पडते. वरील ग्रंथात वैदिक ऋचांचा भावार्थ स्पष्ट करून लेखकाने सिद्ध केले आहे की सूर्यांतर्गत परमाणू प्रक्रियांचे अस्तित्व वेदकालीन ऋषींना परिचित होते. त्यासाठी लेखकाला ऋचांची अक्षरे, शब्द सांकेतिक आहेत असे मानून एका मार्गदर्शकाचा उपयोग करावा लागला आहे. तरीही आधुनिक खगोलशास्त्रात सूर्याचे विवेचन ज्या गणिती पायावर उभे आहे ते वरील विवेचनात अभावानेच आढळते. त्यामुळे माझ्या दृष्टीने हे विवेचन अपूर्णच आहे.

या तथाकथित तांत्रिक संशोधनाची वर्णने बाजूला सारून आपण तात्त्विक, चर्चात्मक गोष्टींकडे वळलो, तर वेद आणि उपनिषद यांमध्ये तत्कालीन

विचारवंतांच्या दृष्टिकोनाची झलक दाखविणारे अनेक संदर्भ आपल्याला सापडतात, केवळ दैवी चमत्कार म्हणून सोडून देण्याऐवजी त्या लोकांनी निसर्गातील घटनांबद्दल कुतूहल व्यक्त केले, सूचक प्रश्न विचारले आणि त्या प्रश्नांची उत्तरे शोधण्याचे प्रयत्नही केले. असे वाटते की, पुढे प्रश्न विचारण्याचीही सवय पूर्णपणे लुप्त झाली आणि 'गुरोर्वाक्यंप्रमाणम्' मानून विद्यार्थ्यांनी टीकात्मक प्रश्न विचारणे सोडून दिले. संशोधनाची जागा पाठांतराने घेतली. हे का आणि कधी झाले हा शोध घेण्याजोगा विषय आहे.

हा विषय सोडून, जिथे प्राचीन ग्रंथसंदर्भ उपयोगी पडतील अशा दुसऱ्या एका विषयाकडे आपण वळू या. महाभारताचे एक उदाहरण घ्या. जयद्रथवधाच्या प्रसंगी सूर्यास्तापूर्वी काही वेळ श्रीकृष्णाने सूर्य झाकून टाकल्याने सर्वत्र रात्रीचा भास निर्माण झाला असे सांगितले जाते. ही घटना सत्य मानली तर तिचे आधुनिक खगोलशास्त्रीय कारण काय सांगता येईल? खग्रास सूर्यग्रहण ज्यांनी पाहिले आहे त्यांना जयद्रथवधाच्या वेळी सूर्यग्रहण असेल असे मानणे जड जाणार नाही. खग्रास सूर्यग्रहण ही नेहमी घडणारी आणि सर्व स्थानांवरून दिसणारी घटना नाही. पृथ्वीवर गेल्या काही वर्षात खग्रास सूर्यग्रहणे कधी झाली आणि कुठून दिसली हे खगोलशास्त्रज्ञ आधुनिक संगणकाच्या मदतीने सांगू शकतात. त्यामुळे कुरुक्षेत्रातून सूर्यास्तापूर्वी सूर्यग्रहण कधी दिसले असा प्रश्न आपण विचारला तर त्या उत्तरातून आपल्याला महाभारतकालाचाही शोध घेता येईल.

सूर्यग्रहण

ग्रहणाव्यतिरिक्त आणखी एका उपायाने खगोलशास्त्राचा उपयोग करून आपल्याला पुराणकालीन घटनांचा काल निश्चित करण्यात यश मिळू शकते. पृथ्वी आपल्या उत्तर-दक्षिण आसाभोवती फिरते, त्या आसाची दिशाही ताऱ्यांच्या हिशेबाने स्थिर नसून हळूहळू बदलत असते. उदाहरणार्थ, ध्रुव तारा आपल्याला स्थिर वाटतो, पण वास्तविक पृथ्वीच्या आसाच्या हिशेबाने तो एक छोटीशी परिक्रमाही करतो आणि त्यासाठी त्याला २५ हजार वर्षे लागतात. अन्य ताऱ्यांचीही हीच परिस्थिती आहे. पृथ्वीवरून पाहणाऱ्यांच्या नजरेतून या ताऱ्यांची दिशा हळूहळू बदलत जाते आणि १२ हजार ५०० वर्षांत हा बदल सर्वांत जास्त होता. त्यामुळे आपल्याला प्राचीन ग्रंथांतून काही ताऱ्यांच्या दिशांचे वर्णन सापडले, तर त्याच ताऱ्यांच्या आजच्या दिशांशी त्यांची तुलना करून

आपण त्या ग्रहाचा रचनाकाल निश्चित करू शकतो. लोकमान्य टिळकांनी आपल्या 'ओरायन' या शोधग्रंथात अशा काही संदर्भांची चर्चा करून त्यांच्या मदतीने वेदांचा जन्मकाल निश्चित करण्याचे प्रयत्न केले आहेत.

भारतीयांनी गणिताला 'शून्य' ही देणगी दिली, असे नेहमी म्हटले जाते. वास्तविक शून्याची कल्पना इतर आकड्यांपेक्षा कठीण आहे. कारण इतर आकडे आपण मूर्त स्वरूपात पाहू शकतो. जसे चार आंबे, पाच वृक्ष, इत्यादी. शून्याला गणितात महत्त्वाचे स्थान असले तरी ते अमूर्त आहे. संख्यांची बेरीज-वजाबाकी शून्याशिवाय पूर्ण मानली जात नाही.

शून्याच्या दुसऱ्या टोकाला जाऊन 'अनंता'ची कल्पनाही पुराणात सापडते. 'पूर्णस्यपूर्णमादाय पूर्णामेवावशिष्यते।' शून्याप्रमाणेच 'अनंत' हीसुद्धा अमूर्त कल्पना आहे आणि या दोन्ही कल्पना अमूर्त विषयावर भर देणाऱ्या भारतीय विचारपरंपरेच्या द्योतक आहेत असे म्हणता येईल.

पण शून्य आणि अनंत यांसारख्या अमूर्त कल्पनांबरोबरच संख्या लिहिण्याची दशमस्थान पद्धत ही भारतातच जन्म पावली आहे असे मानले जाते. या पद्धतीचा प्रचार अरबांकडून यूरोपात झाला. तिच्या तुलनेत रोमन लोकांची संख्या लेखन पद्धत बोजड वाटते. त्यामुळे गणितज्ञ आणि सर्वसामान्य जनतेतही भारतीय पद्धत रुजली यात काही आश्चर्य नाही. या पद्धतीचा उपयोग ही गणितातील एक महत्त्वाची क्रांती मानली जाते.

गणित हा विषय अमूर्त मानला गेला असला तरी प्रत्यक्ष जीवनात त्याचे अनेक उपयोग होतात. सृष्टीच्या रचनेचा अभ्यास करणारे विज्ञान गणिती पायावरच उभे आहे. दोन हजार वर्षांपूर्वी खगोलशास्त्र हे या विज्ञानाचे सर्वाधिक महत्त्वाचे अंग होते. उपलब्ध ग्रंथांच्या महितीनुसार ग्रीस, अरबस्थान आणि भारतात ग्रह-तारे आणि सूर्य-चंद्र यांचा मोठ्या आवडीने अभ्यास केला जात असे आणि त्यासाठी गणिताचा उपयोग होत असे. सिकंदरचा एके काळचा गुरु, ग्रीक तत्त्वज्ञानी ॲरिस्टॉटल याचा ग्रीक वैज्ञानिक आणि तत्त्ववेत्यांच्या विचारसरणीवर फार मोठा प्रभाव होता.

ॲरिस्टॉटल प्रणित सिद्धान्तानुसार पृथ्वी स्थिर मानली जात असे आणि ग्रहांनी शोभायमान झालेले आकाश तिच्याभोवती परिभ्रमण करते अशी समजूत होती. गोलाकार मार्गांना ॲरिस्टॉटलने खास महत्त्व दिले. बरेचसे तारे या गोलाकार

मार्गाने पृथ्वीभोवती प्रदक्षिणा घालताना दिसतात. पण ग्रहांचे मार्ग मात्र उलट सुलटच दिसतात. ॲरिस्टॉटलच्या सिद्धान्तांशी या मार्गाचा समन्वय साधण्यासाठी हिप्पार्कस आणि टॅलोमीसारख्या ग्रीक गणितज्ञांनी भूमितीच्या क्लिष्ट रचनांचा उपयोग केला होता. भारतीय खगोलशास्त्रज्ञांवर या ग्रीक विचारसरणींचा फार मोठा प्रभाव होता.

ॲरिस्टॉटल

पण पाचव्या शतकात भारतीय खगोलशास्त्रज्ञ आर्यभट याने पृथ्वी आपल्या आसाभोवती फिरत असल्याने स्थिर आकाशातील तारे पूर्वेकडून पश्चिमेकडे जाताना दिसतात, असे सांगितले. आर्यभटाने यासाठी एक उपमाही दिली होती. नावेतून जाणारा माणूस नदीकिनाऱ्यावरील वृक्ष उलट दिशेने जाताना पाहतो.

ही उपमा आर्यभटाच्या विचारांची दिशा स्पष्ट करत असली, तरी तत्कालीन रूढ विचारांविरुद्ध असणारे आर्यभटाचे हे विचार त्याच्या सहकारी आणि शिष्यांना मान्य झाले नाहीत. त्यांनी आर्यभटाच्या श्लोकाचा (ज्यात या कल्पनेचे स्पष्टीकरण होते) उलट अर्थ लावण्याचा तरी प्रयत्न केला, किंवा हा श्लोक त्याने लिहिलाच नाही असे सिद्ध करण्याचा प्रयत्न केला. विज्ञानाची प्रगती ज्या नव्या विचारांमुळे होते, ते विचार कधीकधी फक्त समाजालाच नव्हे, तर अनुभवी वैज्ञानिकांनाही चुकीचे कसे वाटतात किंवा अप्रिय कसे होतात त्याचेच हे एक उदाहरण आहे. अनेक शतकांनंतर ब्रूनो, कोपर्निकस आणि गॅलिलिओ यांना मध्ययुगीन यूरोपात जशी शिक्षा भोगावी लागली, तशी आपल्या क्रांतिकारक विचारसरणीबद्दल आर्यभटाला भोगावी लागली नाही याला कारणीभूत कदाचित भारतीयांची सामाजिक व धार्मिक सहिष्णुताच असावी.

आर्यभट, वराहमिहिर, भास्कराचार्य यांसारख्या गणितज्ञांची नावे आपल्याला १०-१५ शतकांपूर्वी भारतात असलेल्या गणित आणि खगोलशास्त्राच्या परंपरेची

आर्यभट

वराहमिहिर

भास्कराचार्य

आठवण करून देतात. अंकगणित, बीजगणित, भूमिती, त्रिमिती आणि त्यांचा खगोलशास्त्रातील उपयोग या वैज्ञानिकांच्या ग्रंथसंपत्तीत पाहावयास मिळतो. या वैज्ञानिक कल्पना व्यक्त करण्यास संस्कृत भाषा समर्थ ठरली असल्याचेही या ग्रंथांमुळे दिसून येते.

उपलब्ध ऐतिहासिक ग्रंथांनुसार लक्षात येते की शुद्ध विज्ञानाची ही परंपरा दुर्दैवाने वरील काळानंतर पुढे आली नाही. याला कारणे काय असतील?

जसजशी ईशान्य दिशेकडून देशावर आक्रमणे होत गेली, तसतसे देशातील शांत वातावरण ढवळून निघाले आणि या शांत वातावरणाअभावी देशात विज्ञानाची प्रगती होऊ शकली नाही असे आपण म्हणू शकतो का? मला हे कारण फारसे सयुक्तिक वाटत नाही. यूरोपचा इतिहास आपण पाहिला, तर १५०० ते १९०० या काळात तिथे विज्ञान विकसित झाले. तेव्हा तिथेही शांततेचे वातावरण नव्हते. यूरोपातील राष्ट्रांमध्ये लहानसहान कारणांनी युद्धे होतच होती.

एक कारण मात्र असू शकते. हिंदू, बौद्ध आणि जैन (तसेच इस्लामही) या भारतातील धर्मांनी समाजाला ऐहिक सुखाऐवजी पारमार्थिक सुख किंवा परलोकविषयक विचार करण्याची प्रेरणा दिली. त्यामुळे जीवनोपयोगी वैज्ञानिक संशोधन करण्याची विचारवंतांची प्रवृत्ती राहिली नसेल. याउलट, यूरोपातील बहुतांशी वैज्ञानिक प्रगती प्रायोगिक आणि औद्योगिक उद्दिष्टे डोळ्यांसमोर ठेवून केलेल्या संशोधनामुळे झाली. आरमार, युद्धशास्त्र, वास्तुशास्त्र, वैद्यकशास्त्र इत्यादी अनेक कारणांनी यूरोपात वरील काळात विज्ञान बहरले.

विज्ञान आणि वैज्ञानिकांना श्रीमंतांचा आणि राजेलोकांचा मिळालेला आश्रय हेही यूरोपातील वैज्ञानिक प्रगतीचे एक कारण आहे. याचा प्रारंभ इटलीत झाला आणि नंतर या प्रथेचा इतर देशातही प्रसार झाला. फ्रान्सच्या राजे लोकांनी राष्ट्रीय वैज्ञानिक अकादमीची स्थापना करून विज्ञानाला खूपच मदत केली. इंग्लंडमध्ये रॉयल सोसायटी स्थापन झाली... मात्र भारतात या प्रथेचा अभाव प्रकर्षाने जाणवतो. येथील राजांनी वास्तुकला, चित्रकला, गायनकला यांना प्रोत्साहन दिले, कवींना आश्रय दिला; पण विज्ञानाचा विकास होईल असे वातावरण नव्हते. जयसिंहासारखी काही अपवादात्मक उदाहरणे आपल्या इतिहासात आहेत, याची आठवण दिल्ली आणि जयपूर येथील वेधशाळा मात्र नक्कीच करून देतात. पण अपवाद फक्त बोटांवर मोजण्याइतकेच आहेत.

भारतात तानसेन आणि संगीतातील मोठी घराणी झाली, ताजमहाल बांधला गेला. पण न्यूटन, हॅले, लॅव्हॉयजिये यांच्यासारखे वैज्ञानिक होऊ शकले नाहीत,

याचे हेच कारण आहे का? हा आत्मपरीक्षणाचा विषय आहे. वैद्यकशास्त्रातही हीच परिस्थिती दिसते. एकीकडे सुश्रुतसंहिता, चरकसंहिता यांसारखे प्राचीन आयुर्वेदिक ग्रंथ प्राचीन भारतातील वैद्यकशास्त्राची प्रगती दर्शवितात, तर दुसरीकडे त्या प्राचीन परंपरेशी बरोबरी करू शकणारा एकही ग्रंथ १५०० ते १९०० या काळात निर्माण झाला नाही. प्लॅस्टिक सर्जरीची माहिती इंग्रजांनी सुश्रुतमधून घेतली. पण खुद्द भारतातील उच्चवर्णीयांनी ती दुर्लक्षिली, कारण सर्जरीला धर्मशास्त्राचा विरोध!

प्लॅस्टिक सर्जरीची माहिती इंग्रजांनी सुश्रुतसंहितेमधून घेतली.

भारतात विज्ञानाचे पुनरुज्जीवन विसाव्या शतकातच झाले. इंग्रजी शासनाच्या छत्रछायेखाली असल्याने स्वाभाविकपणेच या प्रगतीवर यूरोपातील वैज्ञानिक परंपरेचा प्रभाव आहे. स्वतंत्र भारताने हीच परंपरा स्वीकारली आहे. आज देशातील अधिकांश वैज्ञानिक संशोधन सरकारी अनुदानातून होत आहे. संशोधनाच्या दिवसेंदिवस वाढणाऱ्या खर्चातून समाजासमोर नवे प्रश्न आता येत आहेत.

सरकारी अनुदान देशाच्या संपत्तीतून दिले जाते. त्यामुळे वैज्ञानिक संशोधन राष्ट्रहितासाठी, राष्ट्राच्या समृद्धीसाठी, अडचणी निवारण्यासाठी व्हावे अशी देशाची अपेक्षा आहे. या दृष्टीने संशोधन कोणत्या दिशेने होणे आवश्यक आहे? ज्यांच्याजवळ वैज्ञानिक संशोधनासाठी अमाप धन उपलब्ध आहे, अशा समृद्ध राष्ट्रांनाही अशा प्रश्नांवर सविस्तर चर्चा करणे भाग पडते.

आजच्या विज्ञानयुगात पुढे जाण्यासाठी विज्ञानाचे सहकार्य अत्यावश्यक आहे यात शंकाच नाही. पण रोगाच्या उपचारासाठी रोगी जे औषध घेतो, ते विचारपूर्वकच दिले जाते. अविचाराने दिले जाणारे औषध रोग्याला अपायकारकही ठरू शकते. त्याचप्रमाणे वैज्ञानिक संशोधनाची दिशाही विचारपूर्वक, राष्ट्रहिताच्या उद्देशाने निश्चित केली पाहिजे. प्राचीन भारतात असलेली, मधल्या काळात खंडित झालेली आणि आता पुनरुज्जीवित झालेली वैज्ञानिक परंपरा ओघवती ठेवण्यासाठी देशातील वैज्ञानिक आणि विचारवंतांनी उपरोल्लेखित चर्चेत भाग घेणे आवश्यक आहे.

◆ ◆ ◆

३.

विज्ञान, वैज्ञानिक आणि समाज : एक त्रिकोण

दिवसेंदिवस विज्ञानाची झपाट्याने आगेकूच चालू आहे. रोज एखादे तरी नवे वैज्ञानिक संशोधन उजेडात येते ज्यामुळे रूढ असलेल्या पूर्वकल्पनांना तडाखा बसतो, किंवा ज्यामुळे मानवी जीवनचर्येत मोठा बदल घडून येण्याची शक्यता निर्माण होते. वैज्ञानिक आणि एकंदरीत मानवसमाज या विज्ञानाच्या घोडदौडीची सवय करून घेण्याच्या प्रयत्नात आहेत. पण हे प्रयत्न अजून यशस्वी झाले नाहीत याची साक्ष विज्ञानाबद्दल सध्या प्रचारात असलेले वाद देत आहेत.

विज्ञानाचे समर्थक म्हणतात :

विज्ञान, मग, ते कुठल्याही स्वरूपात असो, मानवी ज्ञानात भर टाकत असल्याने आणि वैज्ञानिक दृष्टिकोन हा केवळ वैज्ञानिकांनाच नव्हे तर सर्वसामान्य माणसाला उपयोगी ठरलेला असल्याने समाजाने सूज्ञ स्वार्थ दाखवून विज्ञानप्रसाराला सढळ हाताने मदत करावी. त्या उलट विज्ञानाच्या अकुंठित प्रसाराचे विरोधक आता त्याच्या वापराबद्दल शंका घेऊ लागले आहेत. त्यांच्या मते विज्ञान आता समाजाला पेलेनासे झाले असल्याने त्यावर मर्यादा घालणे आवश्यक आहे. काहींना तर वैज्ञानिक म्हणजे सर्वज्ञतेचा आव आणणारे मुळात आत्मकेंद्रित आणि समाजाबद्दल बेजबाबदार असे वाटतात.

हा वाद अनेक वर्षे चालत राहणार आणि चालू राहणे आवश्यक आहे, कारण 'वादे वादे जायते तत्त्वबोधः' ! येथे एक गोष्ट नमूद करावी. हा वाद विज्ञानाच्या फायद्या-तोट्यांसंबंधी असला, तरी त्यांत वैज्ञानिक आणि वैज्ञानिकेतर असे दोन तट नाहीत. विज्ञानाच्या तोट्यांबद्दल समाजाला सावध करणारे प्रख्यात वैज्ञानिक या वादात भाग घेत आहेत,

तसेच विज्ञानाचा कैवार घेणारे पण विज्ञानाच्या बाहेरील क्षेत्रातील मान्यवर विद्वानही आढळतात.

विज्ञान, वैज्ञानिक आणि समाज हे या विवाद्य विषयाचे तीन घटक. विज्ञान हे सृष्टीसंबंधीच्या मानवी जिज्ञासेतून जन्माला आले. जिज्ञासा सर्वसाधारणपणे कुठल्याही मानवात असली तरी तिला संशोधनाचे स्वरूप देण्याची प्रज्ञा आणि ते संशोधन करायला आवश्यक असणारे पाठबळ हे काही मोजक्या व्यक्तींनाच मिळतात - ते वैज्ञानिक! आणि शेवटी वैज्ञानिक किती उंच आणि मुलखावेगळ्या हस्तिदंती मनोऱ्यात काम करत असला तरी त्याच्या संशोधनाची झळ केव्हा ना केव्हा तरी समाजापर्यंत पोचतेच. शिवाय आजकालच्या दिवसात वैज्ञानिक संशोधनाला लागणारा पैसा समाजाकडून, विशेषकरून कर भरणाऱ्या नागरिकांच्या खिशातून पुरवला जातो. तेव्हा समाज या वादातील त्रिकोणाचा तिसरा शिरोबिंदू समजावा.

इतिहासावर नजर टाकली, तर कालानुसार या त्रिकोणाचे स्वरूप कसे पालटत गेले ते दिसून येते. माझ्या प्रस्तुत विवेचनात मी याच गोष्टीची चर्चा करणार आहे. अशा चर्चेतून असे दिसून येईल की विज्ञान हा विषय कधी समाजापासून अलिप्त नव्हता, आणि वैज्ञानिक हे सामान्य माणसाप्रमाणेच समाजात परिवर्तन घडवणाऱ्या व्यक्तींच्या आणि शक्तींच्या प्रभावाखाली होते. इतिहासाकडून धडा घ्यावा असे म्हणतात. या त्रिकोणाचे आजचे व उद्याचे स्वरूप कसे असावे हे ठरवताना ते काल व परवा कसे होते याची दखल घेणे उपयोगाचे ठरेल असे मला वाटते. मात्र ही चर्चा एका बाबतीत सीमित स्वरूपाची आहे हे मान्य करावे लागेल.

यूरोपमधील विज्ञानाचा इतिहास मी जितका सखोल अभ्यासिलेला आहे तितका पृथ्वीच्या इतर भूभागातील इतिहास नाही. त्यामुळे मला आजच्या चर्चेत मुख्यत्वेकरून यूरोपचा उल्लेख करणे भाग आहे. त्या संदर्भात भारतातील परिस्थितीचा मी शेवटी उल्लेख करीन.

पुराणकाळ ते मध्ययुग

विज्ञानाचा पुराणकाळ म्हटला की ख्रिस्तपूर्व ग्रीस आणि आसपासच्या प्रदेशातील काही नावे डोळ्यांपुढे येतात - ॲरिस्टॉटल, प्लेटो, पायथॅगोरस, आर्किमिडीस, हिप्पार्कस, टॉलेमी, इत्यादी. यांपैकी विज्ञानाची विचारसरणी कशी असावी यावर ॲरिस्टॉटलच्या तत्त्वज्ञानाचा प्रभाव कित्येक शतके टिकून राहिला. युक्लीड आणि पायथॅगोरस यांचा कल गणिताकडे. युक्लीडची भूमिती

प्लेटो

पायथॅगोरस

हिप्पार्कस

टॉलेमी

आणि पायथॅगोरसचे प्रमेय आपण आजही शाळेत शिकतो. 'उपयोगी विज्ञाना'चे कितीतरी नमुने आर्किमिडीसच्या संशोधनात दिसतात. हिप्पार्कस आणि टॉलेमी यांनी सूर्य आणि ग्रहांच्या भ्रमणकक्षा भूमितीय रचनांनी कशा ठरवता येतात हे दाखवले आणि त्यांच्या खगोलशास्त्राचे अस्तित्व कोपर्निकसपर्यंत निर्विरोध टिकून होते.

ॲरिस्टॉटलने सृष्टीतील घटनांचा अभ्यास करून त्यांची शिस्तबद्ध विभागणी केली आणि त्यांच्याबद्दल काही नियमांचे प्रतिपादन केले. त्याच्या मते सृष्टीत दोन प्रकारच्या गतींना स्वाभाविक स्थान असते. सरळ रेषेत आणि गोलाकार कक्षेत. कुठलीही वेडीवाकडी भ्रमणकक्षा त्या दोन्हींच्या मदतीने काढून दाखवता येते असा त्याचा दावा होता. हिप्पार्कस आणि टॉलेमी यांनी सूर्य आणि ग्रह हे पृथ्वीभोवती कसे फिरतात हे ठरवताना या वर्तुळाकार भ्रमणकक्षांचा उपयोग केला. पृथ्वीभोवती एका ठरावीक व्यासाचे वर्तुळ काढून त्यावर फिरणाऱ्या एका बिंदूवर केंद्रित असलेले आणखी एक वर्तुळ काढून त्या वर्तुळावर ग्रह फिरतो असे या एपिसायकल सिद्धान्ताने (Epicycle Theory) भाकीत केलेले होते. कधीकधी या वर्तुळांची (यांनाच एपिसायकल म्हणतात) संख्या वाढवण्यात येई, म्हणजे ग्रहाची गती अधिक अचूकपणे दर्शवता येई.

ग्रीसमध्ये उपजलेले हे विज्ञान पुढे रोमन साम्राज्यात प्रचलित झाले आणि त्या साम्राज्याचा ऱ्हास झाल्यानंतर ख्रिश्चन चर्च आणि मठ यांच्यातून पुढे गेले. मध्ययुगात चर्चचा दरारा - राज्यांच्या आणि साम्राज्यांच्या अभावामुळे पुष्कळ होता आणि त्यामुळे त्यानी पुरस्कृत केलेले हे विज्ञान श्रद्धाधिष्ठित झाले.

ॲरिस्टॉटलचे तत्त्वज्ञान आणि विज्ञान व बायबलमध्ये प्रतिपादिलेली मते यांत खरोखर साम्य होते का? वास्तविक मतभेद पुष्कळ होते. पण त्या काळातील लोकांना आणि चर्चमधील धुरीणांना ॲरिस्टॉटलची मते व्यवहारज्ञानाला धरून

आहेत असे वाटले आणि बायबलशी त्यांचा समन्वय घालण्याचे काम करण्यात आले. अल्बर्ट्स मॅग्नस आणि त्याचा शिष्य थॉमस ॲक्विनास यांनी तेराव्या शतकात केलेल्या प्रचारामुळे हे विज्ञान सर्वसामान्य झाले. उदाहरणार्थ, 'पृथ्वी स्थिर आहे आणि सूर्य व ग्रह तिच्या भोवती फिरतात' या विधानात पृथ्वीला दिलेले खास स्थान बायबलमधील विधानाशी जुळत असल्याने या (आणि तत्सम) विधानांना ब्रह्मवाक्याचे स्थान लाभले. त्याविरुद्ध 'ब्र' काढण्याची कोणाची प्राज्ञा नव्हती. मग त्या विधानांत 'संशोधन' करण्याचा प्रश्नच उद्‌भवत नव्हता.

किंचित विषयांतर करून आपण यूरोपबाहेरचे एक उदाहरण घेऊ. पाचव्या शतकात आर्यभटाने 'पृथ्वी आपल्या अक्षाभोवती फिरते' असे विधान केले.

अनुलोम गतिर्नौस्थः पश्यत्यचलं विलोमगं यद्वत् ।
अचलानि भानि तद्वत् समपश्चिमगानि लंकायाम् ।।
(आर्यभटीय, अध्याय ४, श्लोक ९)

नावेतून जाणारा ज्याप्रमाणे किनाऱ्यावरील स्थिर गोष्टी उलट दिशेला जाताना पाहतो, त्याप्रमाणे पृथ्वीच्या गतीमुळे स्थिर तारे पूर्वेपासून पश्चिमेस जाताना दिसतात.

हे विधान अर्थात त्या वेळी प्रचलित मताच्या विरुद्ध होते. त्याच्या शिष्यांना किंवा त्यानंतरच्या विद्वानांना पटले वा रुचले नाही. हा श्लोक आर्यभटाने लिहिलाच नव्हता, किंवा लिहिला असला तर त्याच्या मनात दुसराच अर्थ अभिप्रेत होता अशा तऱ्हेची विधाने या महाभागांनी केलेली दिसतात!

यूरोपमध्ये मात्र अशा तऱ्हेच्या विधानांना धार्मिक विद्रोहाचे स्वरूप दिले जाई आणि अशी विधाने करणाऱ्यांस मोठी किंमत चुकवावी लागत असे. जिओर्डानो ब्रुनो याला जिवंत जाळण्यात आले. कोपर्निकसने सर्व ग्रह स्थिर सूर्याभोवती फिरतात असा सिद्धान्त मांडला आणि पृथ्वीचे 'खास स्थान' हिरावून घेतले. हा सिद्धान्त अर्थातच धर्ममार्तंडांना आणि विद्वानांना पटला नाही. कोपर्निकसला स्वतःच्या सिद्धान्तावर लिहिलेले पुस्तक आणि तेही प्रकाशकाने त्याची मूळची प्रस्तावना बदलून टाकलेल्या स्वरूपात मृत्युशय्येवरच पाहायला मिळाले. गॅलिलिओने

गॅलिलिओ गॅलिली

कोपर्निकसच्या सिद्धान्ताचा जोरदार पुरस्कार केला आणि ॲरिस्टॉटलच्या अनेक विधानांचे सयुक्तिक खंडन केले. आपल्या वृद्धापकाळी त्याला आपली विधाने बिनशर्त मागे घ्यावी लागली आणि 'आपण चुकलो' असे सांगावे लागले. (मात्र आपली विधाने मागे घेतल्यावर गॅलिलिओ असे पुटपुटल्याची आख्यायिका आहे : 'Eppur si muove'. 'काही झाले तरी ती (पृथ्वी) फिरतेच.')

इथे दोन गोष्टी नमूद केल्या पाहिजेत. एक म्हणजे पोप आणि कार्डिनल्स यांच्यासारखे उच्चपदस्थ धार्मिक नेते नवीन वैज्ञानिक विचारधारांचे स्वागत करायला तयार असत. पण खालच्या श्रेणीवरून होणाऱ्या विरोधामुळे त्यांचे काही चालत नसे. दुसरी गोष्ट म्हणजे रोमन कॅथॉलिक पंथाचाच या नवीन विज्ञानाला विरोध होता असे नव्हे. नवीन उदयाला आलेला प्रॉटेस्टंट पंथदेखील नवीन विज्ञानाबद्दल साशंक होता.

मध्ययुगातील धर्ममार्तंडांच्या दबावाखालून निसटून समाजाने नवनिर्माण युगात प्रवेश केला, तेव्हा विज्ञानाला उदारमताची झुळूक मिळाली. साहित्य-संगीत-कला यांच्याबरोबर विज्ञानही नवीन रूप घेऊ लागले. यामागे अनेक कारणे असू शकतील. मार्को पोलो, वास्को द गामा, ख्रिस्तोफर कोलंबस यांसारख्या जगप्रवाशांनी यूरोपपासून लांब भराऱ्या मारून कूपमंडुक वृत्तीला तडाखा दिला. त्यांनी आणलेल्या माहितीमुळे पूर्वकल्पना बदलाव्या लागल्या. लांबचा प्रवास सुखरूप आणि सुखकर होण्याच्या दृष्टीने नवीन यंत्रांची निर्मिती होऊ लागली.

परंतु याशिवाय अधिक प्रभावी कारण म्हणजे इटलीतून सुरू झालेली व्यापारी क्रांती. या क्रांतीतून भूमध्य सागराच्या उत्तर किनाऱ्यावर पसरणाऱ्या व्यापारातून अनेक धनाढ्य श्रेष्ठी निर्माण झाले. पूर्वीच्या सुस्थितीतल्या सामाजिक घटकांत - सरदार लोक आणि धार्मिक नेते यांच्यात - आणखी एका घटकाची भर पडली. आपण उच्चवर्गीय आहोत हे समाजाला पटवण्यासाठीच जणू या नवोदितांनी कलेला आश्रय दिला. जिनीव्हा, व्हेनिस, फ्लॉरेन्स, रोम यांसारख्या शहरांत कलेचा प्रसार होऊ लागला.

अशा उदारमतवादी वातावरणात विज्ञानही वाढू लागले आणि सुदैवाने त्याला राजाश्रय मिळत गेला. चर्चचे महत्त्व कमी होऊन राष्ट्रे उदयाला येऊ लागली आणि या यूरोपातल्या लहानमोठ्या राष्ट्रांनी विज्ञानाला साहाय्य केले. याची काही उदाहरणे पहा. १४०३ मध्ये 'ॲकेडेमिया डी लिंचेई' ही एक वैज्ञानिक संघटना इटलीत अल्पकाळ अस्तित्वात होती, जिचा गॅलिलिओही सभासद होता. पुढे १६५७ मध्ये गॅलिलिओच्या दोन प्रसिद्ध शिष्यांनी - विवियानी आणि टॉरिचेली

यांनी 'अॅकेडेमिया डी चिमेंतो (Accademia de Cimento : प्रयोगसंस्था) ही संस्था काढली. गॅलिलिओचे आणखी दोन विद्यार्थी - टस्कनीचा ग्रॅण्ड ड्यूक फर्डिनंड-दुसरा आणि त्याचा भाऊ राजपुत्र लिओपोल्ड या दोघांनी एका वैज्ञानिक प्रयोगशाळेला आश्रय दिला. नंतर फ्रान्समध्ये राजाश्रयाखाली वैज्ञानिक संस्था (Academie de Sciences) स्थापन झाली आणि इंग्लंडमध्ये दुसऱ्या चार्ल्सने रॉयल सोसायटीला 'चार्टर' दिला. लंडनमधील या वैज्ञानिक संस्थेला राजकीय अनुदान नाममात्रच होते, तर त्याउलट पॅरिसमधल्या वैज्ञानिक संस्थेला चौदाव्या लुईने भरपूर आर्थिक साहाय्य केले.

अशा बदलत्या वातावरणात केप्लर आणि न्यूटन यांनी आपले महत्त्वाचे शोध लावले. त्यांचे समकालीन किंवा त्यांच्या पाठोपाठ आलेले असे अनेक वैज्ञानिक होते; ज्यांनी सतराव्या-अठराव्या शतकात आधुनिक विज्ञानाचा पाया घातला. रॉबर्ट बॉइल (भौतिक रसायनशास्त्रज्ञ), मालपिघी (मायक्रोस्कोपचा

रॉबर्ट बॉइल

मार्केलो मालपिघी

जॉन रे

निर्माता), जॉन रे (वनस्पतिशास्त्र), हायगेन्स (भौतिक आणि खगोलशास्त्रज्ञ), लायब्निझ (गणितज्ञ), रॉबर्ट हुक (जीव आणि भौतिक शास्त्रज्ञ), फ्लॅम्स्टेड (इंग्लंडचा पहिला अॅस्ट्रॉनॉमन रॉयल)... ही नावांची मालिका आणखी वाढवता येईल.

या शास्त्रज्ञांना बहुतेक स्वत:च्या पैशांवरच संशोधन करावे लागले. बॉईलसारख्या गर्भश्रीमंतांना संशोधनाची हौस भागवणे अवघड नव्हते. पण जॉन रे याला आपल्या खर्चासाठी श्रीमंत आश्रयदाता शोधावा लागला. हुक आणि फ्लॅम्स्टेड यांनी अनेक महत्त्वाचे शोध लावले, पण त्यांचा पगार फार नव्हता. विद्यापीठातील प्राध्यापकांचे मुख्य काम शिकवणे हे होते. त्यांनी संशोधन करावे अशी समाजाची अपेक्षा नव्हती. केंब्रिज विद्यापीठात लुकेशियन प्राध्यापक म्हणून न्यूटनने केलेले संशोधन अपवादात्मक - हौसेखातर - होते.

मात्र अशा 'स्वान्त:सुखाय' केलेल्या संशोधनावर चर्चा घडवून आणायला आणि त्यांतील निष्कर्षांचा प्रचार करायला रॉयल सोसायटीसारख्या राष्ट्रीय संस्थांनी मोठा हातभार लावला. आजकाल 'वैज्ञानिक दृष्टिकोन' म्हणून ओळखल्या जाणाऱ्या विज्ञानाच्या कार्यपद्धतीचा प्रसार पण रॉयल सोसायटीसारख्या विज्ञानाला वाहिलेल्या संस्थांनी केला. 'प्रत्यक्ष प्रयोग करून पाहा आणि वाटल्यास पूर्वग्रह बदलायची तयारी ठेवा' हे वैज्ञानिक चर्चेत आवर्जून सांगण्यात येई.

तार्किक विचारांचे युग

अशा प्रयत्नांतून तार्किक विचारांचे युग (Age of Reason) सुरू झाले. त्यामुळे गेल्या दोनतीन शतकांत यूरोपमध्ये प्रचलित असलेल्या अनेक अंधश्रद्धात्मक कल्पनांना तडा गेला आणि शिकलेल्या समाजात जागरूकता येऊ लागली. तथाकथित चमत्कारांवर विश्वास ठेवण्याची प्रवृत्ती कमी झाली.

आधुनिक विज्ञानाचे स्वरूप याच काळात निश्चित झाले असे म्हणायला हरकत नाही. रसायनशास्त्रात पदार्थांचे एकमेकांत परिवर्तन होते; पण एकंदर वस्तुमान कायम राहते हा नियम, तसाच भौतिकशास्त्रातून प्रस्थापित झालेला ऊर्जेच्या साठ्याच्या कायमपणाचा नियम याच युगात विज्ञानात आले. (पुढे या शतकाच्या सुरुवातीला आइनस्टाइनने हे दोन्ही नियम परस्परांना जोडले आणि वस्तुमान व ऊर्जा एकमेकात रूपांतरित होऊ शकतात, हे सिद्ध केले.) विद्युत्चुंबकीय शास्त्राची प्रगती, उष्णतेचे मूलभूत सिद्धान्त, डार्विनचा जीवशास्त्रातला सिद्धान्त हे सर्व तार्किक विचारांच्या युगात, १७०० ते १९०० या काळात विज्ञानात प्रस्थापित झाले.

पण समाज जरी मध्ययुगाच्या मानाने सुधारलेला होता, तरी प्रत्येक वैज्ञानिक शोधाचे त्याने स्वागत केले असे नाही. डार्विनच्या जीवांच्या परिवर्तनशीलतेच्या सिद्धान्ताला जोरदार विरोध झाला. ज्याप्रमाणे कोपर्निकसच्या सिद्धान्तामुळे बायबलने प्रतिपादिलेले पृथ्वीचे 'खास' स्थान हिरावून घेतले गेले, त्याचप्रमाणे डार्विनच्या सिद्धान्तामुळे बायबलमधील 'देवाने खास स्वत:च्या स्वरूपात मानवाची निर्मिती केली' या तत्त्वाला धक्का पोचत होता. इतकेच नव्हे, तर डार्विनच्या परिवर्तनशीलतेच्या कल्पनांतून मानवाचे पूर्वज माकडे होती असा निष्कर्ष निघत होता! हा निष्कर्ष समाजाला रुचला नाही. १८६०मध्ये ब्रिटिश असोसिएशनच्या ऑक्सफर्डमधील अधिवेशनात ऑक्स्फर्डचा बिशप सॅम्युअल विल्बरफोर्स याने डार्विनचा समर्थक टी.एच. हक्स्लेला सवाल टाकला, ''तुम्ही माकडाचे वंशज हे मान्य केले, तर ते आईच्या बाजूने की वडिलांच्या बाजूने?'' याला हक्स्लेने उत्तर दिले, ''एका गंभीर वैज्ञानिक चर्चेत असा मुद्दा उपस्थित करणारा सुशिक्षित माणूस

आणि एक गरीब बिचारे माकड या दोहोंपैकी कोण माझे मूळ पूर्वज असावेत हे ठरवणे माझ्या हाती असते, तर मी माकड पूर्वज म्हणून पसंत केले असते.'' मनुष्य कितीही विचारशील प्राणी असला, तरी पूर्वप्रस्थापित तत्त्वांविरुद्ध जाऊ इच्छित नाही. डार्विनला आलेला अनुभव पुढे आइनस्टाइनलाही आला.

अनेकदा नवीन कल्पनांना सर्वसाधारण समाजाकडून विरोध न होता शास्त्रज्ञांकडूनच होतो. डार्विन आणि आइनस्टाइनला विरोध करणारे केवळ वैज्ञानिकेतर नसून त्यांचे समकालीन प्रसिद्ध आणि अनुभवी वैज्ञानिकही होते. फार काय, ज्याने आधुनिक भौतिकशास्त्राचा पाया घालण्यात सर्वांत महत्त्वाची कामगिरी केली त्या न्यूटनच्या विरोधामुळे प्रकाशलहरींवरचे संशोधन कित्येक दशके मागे पडले. आधुनिक काळात - आजच्या विज्ञानयुगातसुद्धा - परिस्थिती बदललेली नाही. फक्त स्पेशलायझेशनचा जमाना असल्याने वैज्ञानिक मतभेद समाजापर्यंत पोचत नाहीत इतकेच.

या संदर्भात एक उदाहरण पाहा. डॉनल्ड ग्लेझरला १९६०मधील भौतिकशास्त्राचे नोबेल पारितोषिक 'बबल चेंबर'च्या शोधासाठी मिळाले. आपल्या नोबेल भाषणात ग्लेसरने आपले अनुभव सांगताना आपला हा शोध सर्वमान्य करायला किती यातायात पडली याचा आढावा घेतला. त्याचे बबल चेंबरवरचे पहिले भाषण अमेरिकन फिझिकल सोसायटीने आयोजित केले ते शनिवार दुपारी 'क्रॅकपॉट सेशन'मध्ये! फिझिकल रेव्ह्यू लेटर्स या प्रख्यात नियतकालिकाने ग्लेसरचा प्रबंध छापायचे नाकबूल केले कारण त्याने वापरलेला 'गब्लेट' हा शब्द वेब्स्टर शब्दकोशात नव्हता! ONR, AEC, NSF यांसारख्या वैज्ञानिक संशोधनाला पैसा पुरवणाऱ्या सरकारी संस्थांनी 'हे संशोधन फारच अटकळीवजा (speculative) असल्याने त्यावर सरकारी पैसा खर्च करता येणार नाही.' असे मत व्यक्त केले. कॉस्मोट्रॉन हे यंत्र वापरायची परवानगी त्याला मिळाली नाही. केवळ मिशिगन विद्यापीठाने त्याला पहिल्या वर्षी ७५० डॉलर्सचे अनुदान दिल्याने ग्लेसरला संशोधन चालू ठेवणे शक्य झाले.

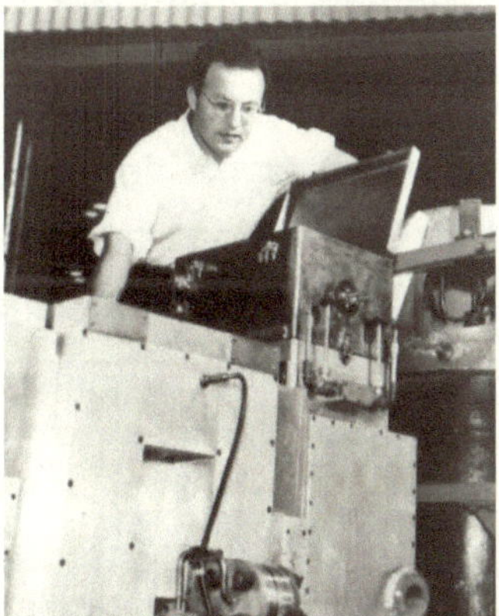

बबल चेंबरसह डोनाल्ड ग्लेझर

नवीन शोधांना असा प्राथमिक विरोध होतो तो केवळ पूर्वग्रहदूषित प्रवृत्तींमुळेच होतो असे नव्हे. बबल चेंबरसारखे महत्त्वाचे संशोधन विज्ञानात रोज रोज होत नाही. मात्र खऱ्या क्रॅकपॉट कल्पनांचा अभाव नाही. क्रॅकपॉट कुठले आणि खरे महत्त्वाचे संशोधन कुठले हे सकृतदर्शनी कळत नाही. कित्येकदा अनुभवी वैज्ञानिकदेखील फसतात. याचे एक उदाहरण म्हणजे एन-किरणांचे संशोधन. क्ष-किरणांपेक्षाही अधिक प्रभावी अशा एन-किरणांचा शोध लावल्याचा दावा १९०३ साली फ्रान्समधील प्राध्यापक ब्लॉण्डलो यांनी केला. त्याचे आणि इतरांचे या महत्त्वाच्या शोधावर कॉम्प्त्रांदू (Comptes Rendus) या वैज्ञानिक नियतकालिकात वर्ष संपायच्या आत बारा प्रबंध प्रसिद्ध झाले. फ्रान्सच्या राष्ट्रीय वैज्ञानिक संस्थेने त्यांच्या शोधावर सुवर्णपदक आणि २०,००० फ्रँक्सचे पारितोषिक जाहीर करून शिक्कामोर्तब केले. पण पुढे इतर वैज्ञानिकांना एन-किरणांवरचे प्रयोग ब्लॉण्डलोप्रमाणे करण्यात यश येईना आणि खुद्द त्यांच्या प्रयोगाची तपासणी केल्यावर ते बोगस असल्याचे आढळून आले.

असे अनुभव आल्यामुळे प्रस्थापित विज्ञान आणि वैज्ञानिक नवीन कल्पनांबाबत सावधगिरी का दाखवतात ते कळते.

विज्ञान आणि तंत्रज्ञान

असा एक समज सर्वसाधारणपणे आहे की, वैज्ञानिक शोध प्रथम लागतात आणि मग त्यांचे तंत्रज्ञानात रूपांतर होते. वास्तविक इतिहासाकडे पाहिले, तर विज्ञान-तंत्रज्ञान हा क्रमिक संबंध तितकासा स्पष्ट उठून दिसत नाही. विज्ञान आणि तंत्रज्ञान यांच्या पारस्परिक संबंधाची काही उदाहरणे आता आपण पाहू या.

सिराक्यूजभोवती रोमन सैन्याचा वेढा पडला असताना शत्रूच्या बोटींना लिव्हर आणि पुलींचा उपयोग करून अलगदपणे उचलण्याचे काम आर्किमिडीसने केले. तो काळ होता ख्रिस्तपूर्व १२५ वर्षे! ज्या शास्त्रावर हे यंत्र आधारलेले होते, त्याचा पाया घातला न्यूटनने आपल्या 'प्रिंकिपिया' नावाच्या ग्रंथात १९ शतकानंतर. आर्किमिडीस हा एक कल्पक प्रयोगकर्ता होता. सृष्टीतील घटनांचा अभ्यास करून, त्यामागचे मूलभूत विज्ञान माहीत नसूनसुद्धा, आर्किमिडीसने अनेक प्रकारची उपयोगी साधने बनवल्याच्या आख्यायिका आहेत.

लिओनार्दो द विंची

लिओनार्दो द विंची या असामान्य प्रतिभेच्या माणसाने अनेक यंत्रांची उत्तम चित्रे काढली. त्यात गियर, रोलर बेअरिंग, उडण्याचे मशीन आदींचा समावेश आहे. फार काय, ज्या प्रकारे दूरदर्शनवर मूळ चित्राचे पृथक्करण करून ते पुन्हा जुळवण्यात येते, ती कल्पना लिओनोर्दोला अवगत असल्याचे त्याच्या चित्रांवरून दिसून येते. त्याचा कालखंड होता १४५२ ते १५१९.

त्या काळात अनेक लोकोपयोगी यंत्रे, उपकरणे अस्तित्वात आली. स्क्रूच्या साहाय्याने पाणी वर चढवणे (ही मूळ कल्पना आर्किमिडीसची होती, असे म्हणतात) गनपावडरचा उपयोग, नाविकांना उपयोगी ठरणारी यंत्रसामग्री, नकाशे बनवणे इत्यादी अनेक तंत्रशास्त्रीय संशोधने त्या वेळी मानवी गरजा भागवण्यासाठी सुपीक डोक्यांतून बाहेर आली. त्यामागचे मूलभूत विज्ञान अजून प्रकट व्हायचे होते.

जेम्स वॉट

चौकस बुद्धीच्या जेम्स वॉटने वाफेची शक्ती ओळखून तिचा फायदा घेतला. बंदिस्त वाफेच्या शक्तीवर इंजिने चालवण्यात पुढे तंत्रज्ञांनी यश मिळवले. उष्णतेचा यांत्रिक शक्तीशी संबंध जोडणारे थर्मोडायनॅमिक्स हे मूलभूत विज्ञान अशा तंत्रशास्त्रीय संशोधनांच्या प्रेरणेतूनच जन्माला आले. अर्थात पुढे या मूलभूत विज्ञानाचा तंत्रशास्त्राला फायदा झाला आणि वाफेची, डिझेलची इंजिने अधिक कार्यक्षम बनवता आली.

तंत्रज्ञानाचे शोध नेहमीच मूलभूत विज्ञानाच्या प्रेरणेने लागलेले नाहीत हे या उदाहरणांतून स्पष्ट होते. उलट संशोधकांच्या तल्लख बुद्धी, निरीक्षणशक्ती, कल्पकता इत्यादी गुणांमुळे लागलेल्या तंत्रशास्त्रीय शोधांनी मूलभूत विज्ञानाला चालना दिली असे त्यावरून दिसते. पण आता परिस्थिती बदलत आहे. एखाद्या खाणीतून खनिजपदार्थ प्रथम वरवरच्या थरांतूनच मिळतात. पण पुढे अधिक खोलवर खणत जावे लागते. त्याप्रमाणे यापुढे समाजोपयोगी संशोधने करण्यासाठी तंत्रज्ञांना पण अधिक खोलात शिरावे लागणार आहे. आणि त्यासाठी त्यांना मूलभूत विज्ञानाची कास सोडून चालणार नाही. आपण आता वेगळ्या प्रकारची उदाहरणे पाहू, जेथे मूलभूत विज्ञानाचे तंत्रशास्त्रीय संशोधनात रूपांतर झालेले दिसते.

मायकेल फॅरडे

१८३१मध्ये मायकेल फॅरडे याने चुंबकाच्या गतीमुळे तारेच्या फासात विद्युतप्रवाह निर्माण करता येतो, हे प्रयोगानिशी सिद्ध केले. परंतु या प्रयोगातून शेवटी जनसामान्यांपर्यंत विद्युतप्रवाह पोचवणारी विद्युतकेंद्रे तयार व्हायला पन्नास वर्षांचा काळ गेला. डार्विन आणि मेन्डेल यांचे वनस्पतिशास्त्रातले आणि प्रजननशास्त्रातले महत्त्वाचे शोध कित्येक दशकांनंतर संकरित वनस्पती आणि हरितक्रांती या स्वरूपात समाजापर्यंत आले.

या दोन उदाहरणांत मूलभूत विज्ञानातील शोधानंतर त्याचे उपयोगी तंत्रज्ञानात रूपांतर व्हायला बराच वेळ लागला. त्याउलट, रुदरफर्डने अणूचे प्रयोगशाळेत विभाजन केल्यावर असे भाकीत केले की यातून व्यवहारोपयोगी काहीही निष्पन्न होणार नाही. आणि त्यानंतर दीड दशकातच अणुबॉम्ब तयार झाला! तसेच दुसऱ्या महायुद्धानंतर ट्रान्झिस्टर, सेमीकंडक्टर्स, वगैरेंतील मूलभूत शोधांचे व्यवहारोपयोगी तंत्रज्ञानात त्वरित रूपांतर झाले. आजकाल संगणकांचा वाढता वापर हे मूलभूत विज्ञान आणि तंत्रज्ञान यांच्यात असलेल्या सहयोगाचे उदाहरण आहे.

ही वेगवेगळी उदाहरणे पाहता हे लक्षात येते, की मूलभूत विज्ञान आणि तंत्रज्ञान यांना जोडणारा दुवा एकतर्फी नाही आणि ठरावीक स्वरूपाचाही नाही. पण असा दुवा आहे आणि तो महत्त्वाचा आहे हे मात्र निश्चित.

◆ ◆ ◆

४.

विज्ञानाचे भवितव्य

विज्ञान आणि तंत्रज्ञान यांच्यातील सहयोगामुळे गेल्या काही दशकांत मानवी जीवनचर्येत झपाट्याने बदल घडून आले. आणि पुढेही ते घडून येणार. परंतु पूर्वी विज्ञानाबद्दल केलेली भाकिते कशी चूक ठरली हे लक्षात घेता भविष्यकाळाबद्दल निश्चितपणे विधान करणे मूर्खपणाचे ठरेल. चुकीच्या भाकिताचे काही गमतीदार नमुने पहा.

थॉमस एडिसन

१८८९मध्ये थॉमस एडिसन या प्रख्यात संशोधकाने प्रत्यावर्ती विद्युतप्रवाहाचा उपयोग करू नये, त्यापासून उपयोग काही नाही, धोका मात्र पुष्कळ आहे असे आवर्जून सांगितले होते. आधुनिक अंतराळशास्त्राच्या आद्य प्रवर्तकांपैकी प्राध्यापक गॉडर्ड यांनी जेव्हा रॉकेटवर संशोधन सुरू केले तेव्हा हे मूर्खपणाचे व निरुपयोगी संशोधन त्यांनी करू नये असे आवाहन १९२१मध्ये न्यूयॉर्क टाइम्सने केले.

१९३९मध्ये अमेरिकन नौदलातील रिअर ॲडमिरल क्लार्क वुडवर्ड यांनी बॉम्बद्वारे बोट बुडवणे अशक्य आहे असे म्हटले, तर १९४५मध्ये ॲडमिरल विलियम लीही यांनी प्रेसिडेंट ट्रुमन यांच्याजवळ अणुबॉम्बबद्दल पुढील उद्गार काढले, ''हा आपण केलेला सर्वांत मोठा गाढवपणा! स्फोटक पदार्थांचा तज्ज्ञ म्हणून सांगतो, की या बॉम्बचा स्फोटच होणार नाही.'' जेव्हा स्पुटनिक आकाशात चढले तेव्हा अंतराळ प्रवासाबद्दल इंग्लंडचे ॲस्ट्रॉनॉमर रॉयल वुली यांनी व्यक्त केलेले मत : 'अंतराळ प्रवास म्हणजे मूर्खपणाची कल्पना आहे.' रुदरफर्डचे अणू विच्छेदनाच्या व्यवहार्यतेबद्दलचे भाकीत कसे खोटे ठरले हे पूर्वीच सांगितले आहे.

जरी विज्ञान काय करू शकेल आणि काय नाही, याबद्दल भाकीत करणे अवघड असले, तरी अनियंत्रित विज्ञानाचा व्याप कसा वाढत जाईल याची अटकळ बांधणे तितके अवघड नाही. डेरेक द सोला प्राइसने 'छोटे विज्ञान, मोठे विज्ञान' या पुस्तकात वैज्ञानिक नियतकालिकांची आकडेवारी दिली आहे, त्यावरून या नियतकालिकांची संख्या चक्रवाढ व्याजाप्रमाणे वाढलेली दिसते. १७७०मध्ये ही संख्या १०० तर १८७०मध्ये १०,०००च्या आसपास आणि १९७०मध्ये १०,००,००० इतकी होती! याचा अर्थ दर शतकात ती १०० पटींनी वाढली. २०७०मध्ये ही संख्या दहा कोटींपर्यंत गेलेली असेल. नियतकालिकांतली वाढ ही विज्ञानातील वाढ सुचवते. कारण ही नियतकालिके वाचणारे किंवा त्यातील प्रबंध लिहिणारे वैज्ञानिकच असतात.

पण २०७०पर्यंत नियतकालिकांच्या संख्येत एवढी वाढ होईल असे वाटत नाही. याचे एक कारण म्हणजे इलेक्ट्रॉनिक्सने घडवून आणलेली क्रांती. हस्तलेखनात मुद्रणाने जशी क्रांती घडवून आणली, तशी मुद्रणात इलेक्ट्रॉनिक्स क्रांती घडवून आणत आहे. माहितीचा साठा छापील कागदापेक्षा गणकयंत्रात अधिक कार्यक्षमपणे ठेवता येतो आणि जरूर लागेल तेव्हा तेथून काढून घेता येतो ही जाणीव या क्रांतीने करून दिली आहे. त्यामुळे व्यवसाय संस्थांतील हिशेब, बँकांचे व्यवहार, पुस्तकालयात पुस्तकांच्या सूची, विमान कंपन्यांची आरक्षणाची पद्धत, अलीकडे गणक यंत्रांचा वाढत्या प्रमाणात उपयोग दर्शवीत आहेत. पुढे हाच प्रकार वैज्ञानिक नियतकालिकांबाबत घडून येणार यात शंका नाही. त्यामुळे पुढील शंभर वर्षांत छापील कागदाच्या नियतकालिकांची संख्या कमीच होईल आणि त्याऐवजी संगणकाद्वारे माहितीचे आदानप्रदान होईल.

परंतु विज्ञानावर किंवा त्यांच्या वाढत्या व्यापावर निर्बंध येणे अपरिहार्य आहे आणि त्याचे कारण म्हणजे वैज्ञानिक संशोधनाचा वाढता खर्च. गॅलिलिओच्या काळात खगोलशास्त्रज्ञ टेलिस्कोप डोळ्यांशी धरून वेध घेत असत. अलीकडील मोठ्या टेलिस्कोपच्या प्रमुख आरशाचा व्यासच ४ ते ६ मीटर असतो आणि त्याच्या नलिकेत माणूस सहज जाऊ शकतो! रुदरफर्डने ज्या उपकरणात अणुविच्छेदन केले ते उपकरण हातात धरता येत होते. सर्न आणि फर्मिलॅब येथील आजची मोठी अणुविच्छेदक यंत्रे किलोमीटरहून जास्त व्यासाची असून त्यावर काम करणाऱ्या शास्त्रज्ञ-तंत्रज्ञांसाठी वसाहत जवळ असणे आवश्यक असते. असा हा वाढता व्याप आणि खर्च चक्रवाढ व्याजाच्या स्वरूपात वाढत गेला,

तर तो एकट्यादुकट्या संस्थेला, फार काय सधन राष्ट्रालादेखील पेलणार नाही. त्यामुळे इतर कारणे नसली तरी पैशाची मर्यादा विज्ञानावर येणार यात शंका नाही. आणि हा पैसा समाजाने पुरवायचा असल्याने समाजावर वैज्ञानिक संशोधनाचे रूप आणि वापर ठरवण्याची जबाबदारी येते.

समाज आणि विज्ञान

सृष्टीतील गूढे अपरिमित आहेत. वेळ आणि पैसा यांची मर्यादा सांभाळून वैज्ञानिक संशोधनाची पुढील दिशा आखायची असली तर काही विशिष्ट भागावरच भर देता येईल, याची जाणीव आता वैज्ञानिकांना आणि समाजाला होऊ लागली आहे. परंतु कुठले संशोधन महत्त्वाचे? केवळ उपयोगी दिसणाऱ्या संशोधनांवरच भर द्यावा की मूलभूत संशोधनावर? आणि अमुक एक संशोधन किती मर्यादेपर्यंत पुढे ढकलावे? अशा तऱ्हेच्या प्रश्नांवर समजंसपणे निर्णय घेण्यासाठी वैज्ञानिकांना सामाजिक जबाबदारीची जाणीव असायला पाहिजे, तर समाजाला विज्ञानाबद्दल अधिक माहिती द्यायला हवी.

पाश्चात्य देशात या दोन्ही बाजूंनी जागृती उत्पन्न करायचे प्रयत्न चालू आहेत. वैज्ञानिक अधिक लोकाभिमुख होत आहेत आणि वैज्ञानिकेतरांत विज्ञानाबद्दल अधिक रुची उत्पन्न करायचा प्रयत्न करीत आहेत. रेडिओ, दूरदर्शन, नियतकालिके, वर्तमानपत्रे यांत विज्ञानाबद्दल माहितीपर भाषणे, लेख, गोष्टी इत्यादी वाढत्या प्रमाणात आहेत. इंग्लंडमधील रॉयल इन्स्टिट्यूशन तर गेल्या शतकापासून - फॅरडेच्या काळापासून - जनसामान्यात विज्ञानाबद्दल आस्था उत्पन्न करू पाहात आहे. तिच्या एके काळच्या संचालकांबद्दलचा एक मजेदार किस्सा पाहा.

सर लॉरेन्स ब्रॅग

सर लॉरेन्स ब्रॅग हे ते संचालक. यांनी एके काळी नोबेल पारितोषिक मिळवले होते; पण शाळकरी मुलांसाठी वैज्ञानिक प्रयोग करून दाखवणे, विज्ञानावर भाषणे देणे इत्यादी कामांत त्यांना कमीपणा वाटला नाही. एकदा लहान मुलांसाठी त्यांनी तयार केलेल्या फिल्ममध्ये दिग्दर्शकाला एके ठिकाणी वैगुण्य आढळले. ते दूर करण्यासाठी पुन्हा तोच शॉट घेणे आवश्यक होते. म्हणून 'तुम्ही गेल्या वेळी घातलेलाच सूट घालून या. आपण पुन्हा तो शॉट घेऊ' असे

दिग्दर्शकांनी क्रॅग यांना सांगितले. तो सूट मात्र आता क्रॅग साहेबांकडे नव्हता. 'फार जुना झाला, तुम्हाला तो शोभत नाही' असे म्हणून लेडी क्रॅगनी तो 'जंबल सेल'साठी देऊन टाकला होता. दिग्दर्शकाला मात्र तो सूट मिळाला नाही तर पुन्हा सबंध फिल्म घेणे क्रमप्राप्त होते. तो त्रास टाळायला क्रॅग दंपती त्या जुन्या सुटाच्या शोधार्थ निघाली. तो जंबल सेल लंडनपासून लांब एका खेड्यात, जिथे क्रॅग यांचे घर होते, तेथे झाला होता. तिथल्या आपल्या नोकराणीला त्यांनी विचारले, की तो सूट तू कुठे कोणाच्या अंगावर पाहिलास का? 'होय? तो अमुक अमुक बाईने आपल्या नवऱ्यासाठी विकत घेतला.' नोकराणीला खेड्यातल्या सगळ्या बातम्या माहीत असत! त्या बाईकडे क्रॅगना फक्त कोट आणि जाकीट मिळाले. पँट नवऱ्याला पुरणार नसल्याने विकत घेतली नाही असे तिने सांगितले. ती पँट ज्यांनी विकत घेतली त्या गृहस्थांचा तपास लागेना. अखेर कोट आणि जाकीट घेऊन क्रॅगसाहेब लंडनला परतले आणि दिग्दर्शकाला म्हणाले, ''फक्त कमरेपासून वरचे शॉट्स घे म्हणजे माझी वेगळी पँट दिसणार नाही.'' दिग्दर्शकाने मान्य केले. असा पेचप्रसंग आपल्या अनुभवात पूर्वी आला नव्हता, असे त्याने उद्गार काढले.

मी आतापर्यंतची चर्चा बहुतेक यूरोपपर्यंतच मर्यादित ठेवली. याचे कारण या भूभागातला सामाजिक इतिहास आणि विज्ञानाचा इतिहास गेल्या वीस-पंचवीस शतकांपासूनचा उपलब्ध आहे. समाज आणि विज्ञान बदलत गेले, तरी अभ्यासकाला एक अखंडित परंपरा एवढ्या कालखंडात पाहायला मिळते. ॲरिस्टॉटलपासून आइनस्टाइनपर्यंत विचारकांची, संशोधकांची एक साखळी इथे उपलब्ध आहे. त्यांच्या कार्याबद्दल ऐकीव माहिती नसून भरपूर लिखाण उपलब्ध आहे. त्यामुळे विज्ञान-वैज्ञानिक-समाज या त्रिकोणाबद्दल मी आज सांगितले त्यापेक्षा पुष्कळ अधिक सांगता येण्याजोगे आहे.

भारतीय इतिहासाकडे पाहिले की अशा माहितीचा अभाव जाणवतो. वेदांत, उपनिषदांत सर्व आधुनिक विज्ञान भरलेले आहे असा दावा करण्यात येतो. आधुनिक विज्ञानाने एखादा महत्त्वाचा शोध लावला, की तो शोध आमच्या पूर्वजांना माहीत होता हे दाखविण्याचा प्रयत्न केला जातो. अशा प्रकारच्या पश्चात्बुद्धीला विज्ञानात फारसे महत्त्व दिले जात नाही.

वेद आणि उपनिषदे यांचा काळ सोडल्यास आणि गेल्या पंचवीस शतकांचाच इतिहास पाहिला तर भारतीय विज्ञानपरंपरेबद्दल काय पाहायला मिळते? फारच थोडे! भारताने 'शून्या'चा शोध लावला. भारतात आर्यभट होते, भास्कराचार्य होते इतके सांगितले की 'अनामिका सार्थवती बभूव।' आर्यभट आणि भास्कराचार्य यांनी केलेल्या लिखाणात गणित आणि खगोलशास्त्र यांवर महत्त्वाची विधाने सिद्ध केलेली दिसतात. त्यात पुढच्या पिढीने भर टाकली नाही आणि खगोलशास्त्र फलज्योतिषाचा दिशेने कूच करू लागले - हे जर खरे असेल, तर त्याला कारण त्या वेळची सामाजिक परिस्थिती होती का? की वेदकाळापासून चालत आलेल्या 'गुरोर्वाक्यं प्रमाणम्' या प्रवृत्तीने संशोधनाला आळा घातला? जयसिंहसारखे हाताच्या बोटांवर मोजता येतील असे काही राजे सोडले, तर असंख्य राजे-राजवाड्यांच्या आपल्या भारत देशात विज्ञानाला राजाश्रय का मिळाला नाही? आपल्या देशात साहित्य परंपरा आहे, संगीत परंपरा आहे, दक्षिणेतल्या मंदिरांपासून उत्तरेत ताजमहालपर्यंत वास्तुकलेची परंपरा आहे; पण विज्ञानपरंपरा अभावानेच जाणवते.

'भारतात सारखे बाहेरून आक्रमण होत असल्याने हे शक्य झाले नसेल' हे कारण काही पटत नाही. शिवाय मी चर्चिलेल्या कालखंडात यूरोपात शांतता नांदत होती असे मुळीच नव्हे. तरी तेथे विज्ञान फोफावले. मला वाटते, या विचारधारेच्या संशोधनास पुष्कळ वाव आहे.

अशा परंपरेच्या अभावी आज आपल्या समाजापुढे यूरोपपेक्षा वेगळ्या समस्या उपस्थित झाल्या आहेत. यूरोपमध्ये पुराणकाळ-मध्ययुग-नवनिर्माण युग-तार्किक विचारांचे युग अशा कालखंडातून प्रवास करत समाज विज्ञानयुगात पोचला आहे. भारतात सध्याच्या काळात त्या पाचही युगांची प्रत्यंतरे पाहायला मिळतील आणि २५ शतकांचा कालखंड एकत्र पाहायला मिळेल! आजच्या आपल्या समाजात पाहायला मिळणारे अंधविश्वास, चमत्कारांवर श्रद्धा, कर्मकांड इत्यादी मध्ययुगाला लाजवतील अशा स्वरूपात आहेत. त्याउलट आपल्या देशात अत्याधुनिक वैज्ञानिक संशोधनदेखील चालते. इथे बैलगाड्या आणि जेट विमाने शेजारी नांदत आहेत. रोगांवर वैदूंचा मंत्रोच्चार होतो तसेच अत्याधुनिक शस्त्रक्रियाही होते.

प्रत्येक खाद्यपदार्थ पचायला ठरावीक काळ जावा लागतो. कधीकधी सवय होईपर्यंत पोटाला त्रासच होतो. १९४७मध्ये स्वातंत्र्याबरोबर मिळालेली लोकशाही पचवण्याचा भारतीय समाजाचा प्रयत्न चालूच आहे. ती अजून पचलेली दिसत नाही हे आजचे राजकीय चित्र दर्शवते. तरी लोकशाही पचवण्याचे प्रयत्न ज्याप्रमाणे पुढे चालू ठेवले पाहिजेत, तसेच विज्ञान पचवण्याचे प्रयत्नही आपल्या समाजाने शर्थीने चालूच ठेवले पाहिजेत. कारण विज्ञानसुद्धा आज आपल्या समाजाला पचलेले नाही आणि ते आपल्या भविष्यकाळातील उत्कर्षाच्या दृष्टीने पचवणे अत्यावश्यक आहे.

विज्ञानविषयी लोकमत जागृत करण्याची जबाबदारी प्रामुख्याने वैज्ञानिकांची आहे. मी आधी सर लॉरेन्स ब्रॅगचे उदाहरण दिले. इंग्लंडमध्ये सामान्य माणसाला विज्ञानात रस उत्पन्न व्हावा यासाठी प्रख्यात शास्त्रज्ञांनी प्रयत्न केलेले आहेत - आणि आजही करत आहेत. सर जॉर्ज थॉमसन, सर जेम्स जीन्स, सर आर्थर एडिंग्टन आणि आजच्या काळात सर फ्रेड हॉयेल अशा श्रेष्ठ वैज्ञानिकांची नावे या संदर्भात घेता येतील. तेव्हा आपल्याकडील वैज्ञानिकांनी अशा कामात कमीपणा मानण्याचे कारण नाही.

> पाश्चात्य देशात दिसून येणारे 'वैज्ञानिक पत्रकार' अजून आपल्या देशात नाहीत. आपल्या वर्तमानपत्रांत फलज्योतिषावर भरपूर लिखाण असते; पण आज लागत असलेल्या अनेक वैज्ञानिक शोधांबद्दल सोप्या शब्दांत माहिती किती असते? आणि असली तरी किती वेळा ती घोडचुकांनी भरलेली असते? वैज्ञानिक जागृतीचा अभाव आपल्या देशात प्रकर्षाने जाणवतो.

त्याची थोडक्यात चर्चा करून हे विवेचन संपवतो.

पहिली बाब आहे शास्त्रीय दृष्टिकोनाचा अभाव आणि त्यामुळे चमत्कार, अंधश्रद्धा व बुवाबाजी यांचा प्रचार. हा दृष्टिकोन वैज्ञानिकेतरांत नसला तर एक वेळ समजण्यासारखी परिस्थिती आहे; पण जेव्हा धंदेवाईक वैज्ञानिकांत चमत्कारांवर विश्वास ठेवण्याची प्रवृत्ती दिसून येते तेव्हा काय म्हणायचे? प्रयोगशाळेत 'वस्तुमान आणि ऊर्जा हे परस्परांत रूपांतरित होऊ शकतात; पण त्यांचा एकंदर साठा अक्षय आहे' हे शिकल्यावर, हाच वैज्ञानिक घरी आल्यावर जर फोटोतून विभूति आली हा चमत्कार समजून त्या फोटोला वंदन करत असेल, तर आपण अजून यूरोपमधल्या मध्ययुगात आहोत का, असा प्रश्न पडतो.

चमत्कारांवर, फलज्योतिषावर विश्वास ठेवावा की नाही हे प्रत्येकाने स्वत: ठरवावे आणि थोडे आत्मपरीक्षणही करावे. प्रयत्नांशिवाय इच्छित साध्य व्हावे यासाठी आपण या अंधश्रद्धा बाळगतो का? अमुक एका मुहूर्ताला सुरू केलेले कार्य सफल होईल. एरव्ही नाही अशा तऱ्हेची विचारसरणी राष्ट्रोन्नतीच्या दृष्टीने हानिकारक आहे.

दुसऱ्या बाबतीत लोकशिक्षणाची आवश्यकता आहे ती मूलभूत विज्ञानाबद्दलचे अज्ञान आणि अनवस्था दूर करण्यासाठी. भारताच्या सुदैवाने आपल्या स्वातंत्र्याच्या आदिकाळात भारताला नेहरुंसारखे विज्ञानप्रेमी पंतप्रधान लाभले. त्यांच्या दूरदर्शित्वामुळे भारतात अनेक प्रयोगशाळा स्थापण्यात आल्या आणि उपयोगी विज्ञानाबरोबर मूलभूत विज्ञानालाही आदराचे स्थान देण्यात आले. भारतासारख्या विकसनशील देशाला उपयोगी विज्ञान पाहिजे यात वाद नाही. पण त्याबरोबर उत्कृष्ट मूलभूत संशोधन पण आपल्या देशात झाले पाहिजे असे होमी भाभांसारखे शास्त्रज्ञ ठामपणे नेहरुंपुढे सांगू शकत होते. आजचे शास्त्रज्ञ तसे विधान आजच्या राज्यकर्त्यांपुढे करू शकतात का?

मूलभूत विज्ञानाचा उपयोग लगेच होत नाही, म्हणून त्यावर पैसा खर्च करणे परवडणारे नाही, ही विचारधारा दूरदर्शित्वाचा अभाव दर्शवते. जिथे पैसा म्हणजे सर्वस्व अशी भावना आहे अशा अमेरिकेसारख्या राष्ट्रातसुद्धा मूलभूत विज्ञानाला समंजसपणे पैसा पुरवला जातो. मूलभूत विज्ञानातून उपजलेल्या कल्पनांचा पुढे कसा उपयोग झाला याची मी उदाहरणे दिली आहेत. या संदर्भात सर जॉर्ज थॉमसन यांनी आपले वडील सर जे.जे. थॉमसन यांची एक आख्यायिका सांगितली; तिचा थोडक्यात उल्लेख करतो. (हे पिता-पुत्र नोबेल पारितोषिक-विजेते होते हे जाता जाता नमूद करावे!) सरकारी आदेशाखाली ब्रिटनच्या प्रयोगशाळांत होणारे संशोधन उपयोगी म्हणून केलेले - उत्तम असले तरी त्याला मूलभूत संशोधनाची जोड नसल्याने त्यात कल्पकतेचा अभाव होता. यावर टीका

सर जे.जे. थॉमसन

सर जॉर्ज थॉमसन

करताना 'सर जे.जे.' यांनी असे उद्गार काढले, ''जर पाषाणयुगात सरकारी प्रयोगशाळा असत्या, तर त्यांनी उत्तम दगडी कुऱ्हाडी बनवण्यात यश मिळवले असते. पण धातूंचा शोध मात्र कोणी लावला नसता.''

भारतात पूर्वी रामन, बोस, साहा, भाभा यांच्यासारखे असामान्य मूलभूत वैज्ञानिक होऊन गेले. आजही प्रतिभावंत, तरुण भारतीय वैज्ञानिक भारतात आणि भारताबाहेर विज्ञानात भर टाकत आहेत. सध्या देशाची आर्थिक परिस्थिती अशी नाही की देशातील सर्व प्रतिभावंत वैज्ञानिकांना येथे संशोधनास वाव मिळेल; पण पैशाची मर्यादा असूनसुद्धा पुष्कळ करता येण्याजोगे आहे आणि त्यासाठी मी आज चर्चिलेल्या त्रिकोणावर समजंसपणे विचार होणे आवश्यक आहे.

◆ ◆ ◆

५.

वैज्ञानिक दृष्टिकोन

चंद्रशेखर वेंकट रामन

दरवर्षी २८ फेब्रुवारी हा दिवस 'विज्ञान दिन' म्हणून राष्ट्रीय पातळीवर साजरा केला जातो. २८ फेब्रुवारी १९२८ रोजी चंद्रशेखर वेंकट रामन या भारतीय शास्त्रज्ञाने आपला शोधनिबंध प्रसिद्ध केला. त्यातील शोध पुढे 'रामन इफेक्ट' किंवा 'रामन परिणाम' म्हणून गाजला आणि त्याकरिता रामन यांना नोबेल पारितोषिक मिळाले. भारतातले नोबेल पारितोषिक मिळवणारे रामन हे एकमेव शास्त्रज्ञ! त्यांच्या शोधावर आधारलेले विज्ञानदेखील आज पुष्कळ व्यापक झाले आहे.

राष्ट्रीय विज्ञान दिन साजरा करण्यामागे एक हेतू असाही आहे, की त्या निमित्ताने आपण सामान्य जनतेला विज्ञान आणि तंत्रज्ञान यांचे महत्त्व पटवू शकू. दिवसेंदिवस आपले दैनंदिन जीवन वेगवेगळ्या वैज्ञानिक शोधांनी प्रभावित होताना दिसते. आपले आजी-आजोबा, पणजी-पणजोबा वावरले तो काळ आता पुष्कळ बदलला आहे. टेलिफोन, रेडिओ, टेलिव्हिजन यासारखी साधनं शंभर वर्षांपूर्वी अस्तित्वात नव्हती. चंद्रावर स्वारी करण्याचे मानवाचे स्वप्न फक्त कथांपर्यंत मर्यादित होते. आज चंद्रावर मानव जाऊन आला. त्याला तीन दशके पुरी होत आहेत. मंगळावर यान पोचले आहे. औषधांच्या शोधात विलक्षण प्रगती झाल्यामुळे एके काळी असाध्य समजले जाणारे रोग साध्य झालेत आणि मानवी आयुर्मर्यादा वाढली आहे. तसेच बाळ-बाळंतिणीचे मृत्यू पुष्कळ कमी झालेत. शेतीमध्ये पुष्कळ

संशोधन होऊन संकरित बी-बियाणे वापरात येत आहेत आणि अन्नोत्पादनात लक्षणीय वाढ झाली आहे.

ही सर्व किमया विज्ञानाने घडवून आणली असली, तरी त्यासाठी भारी किंमतदेखील चुकवावी लागली आहे. एके काळी धनुष्यबाण आणि भाले, तलवार वापरणारा माणूस आज भयानक अण्वस्त्रांचा रॉकेटद्वारे मारा करून प्रचंड प्रमाणावर विध्वंस घडवून आणू शकतो. एके काळी स्वच्छ, शुद्ध हवेकरिता प्रसिद्ध असलेली ठिकाणे आज धूर, धूळ आणि विषारी वायूंनी प्रदूषित झालेली दिसतात. विज्ञानाने पुरवलेल्या यंत्रांचा फायदा घेत घेत मानव स्वतः मेहनत करायचे टाळू लागला आहे. हे सगळे दुष्परिणामदेखील दृष्टीआड करता येणार नाहीत.

विज्ञानाच्या या दोन्ही बाजूंचा विचार करता हे लक्षात घेतले पाहिजे की, विज्ञान चांगले की वाईट हे त्याच्या वापरावरून ठरते. पाण्याला स्वतःचा रंग नसतो. त्यात जे मिसळाल त्याप्रमाणे त्याला रंग येतो. विज्ञान तसेच आहे. वापरणारा कसा आहे त्यावर विज्ञानाचा परिणाम अवलंबून असतो. म्हणून वापरणाऱ्याने चांगला आणि वाईट परिणामांचा विचार करून मगच विज्ञान वापरणे इष्ट नव्हे का?

अशा तऱ्हेच्या विचारसरणीतून 'वैज्ञानिक दृष्टिकोन' पुढे आला. तो केवळ विज्ञानापर्यंत किंवा त्याच्या वापरापर्यंतच मर्यादित राहिला नसून आपल्या सर्वांच्या दैनंदिन जीवनात त्याचे महत्त्व पुढे येत आहे. आपण दैनंदिन व्यवहार करतो, निर्णय घेतो, काही गोष्टींवर विश्वास ठेवून चालतो ते कशाच्या आधारे? काही गोष्टी पूर्वीपासून चालत आलेल्या परंपरा म्हणून आपण पुढे चालवतो. पण पूर्वी त्यांचे महत्त्व असले, तरी आजच्या बदललेल्या जीवनात त्यांचे महत्त्व आहे का? कोणी मोठ्या व्यक्तीने अमुक करा, तमुक करू नका असे सांगितले, तर ते बरोबर आहे की नाही हे न तपासताच आचरणात आणायचे काय?

वैज्ञानिक दृष्टिकोन आपल्याला हे प्रश्न विचारायला आणि त्यांची उत्तरे स्वतः शोधायला प्रवृत्त करतो. खात्रीलायक पुरावा असल्याखेरीज एखादे विधान खरे मानू नये, असे वैज्ञानिक दृष्टिकोन आवर्जून सांगतो म्हणूनच हा दृष्टिकोन वापरून मानवाने विज्ञानाचा वापर कुठल्या प्रकारे करायचा हे ठरविले पाहिजे. जर एखाद्या कारखान्यातून प्रदूषित वायू बाहेर पडत असला किंवा सांडपाण्यात दूषित द्रव्ये असली, तर त्याला निर्बंध घालायला नको का? पुष्कळदा सावधगिरीचे उपाय योजून त्या दोषांवर मात करता येते. पण पैसा वाचवण्याच्या हेतूमुळे हे उपाय अमलात आणले जात नाहीत. आणि मग रोगराई पसरल्यामुळे जनतेला

भारी किंमत चुकवावी लागते. शेतीच्या क्षेत्रातदेखील आपले वाडवडील वापरत होते तीच पद्धत वापरायची, की संशोधनातून माहीत झालेली अधिक सुधारित पद्धत वापरायची? वैज्ञानिक दृष्टिकोन सुचवतो की नवी पद्धत चांगली की जुनी हे ठरवायला दोन्ही पद्धती शेजारशेजारच्या भूभागांवर वापरून पाहा, प्रत्यक्ष प्रयोगाला पर्याय नाही.

आज आपण विज्ञानयुगात असलो, ट्रॅक्टर, यंत्रे, रेल्वेगाड्या, फोन, जेट विमाने, संगणक आदी वापरत असलो, तरी पुष्कळ बाबतीत पूर्वीप्रमाणे अंधश्रद्धा आहेत. अशाच अंधश्रद्धेपायी आपण स्वत:चेच नुकसान करून घेतो.

एक पारंपरिक अंधश्रद्धा आहे की, आकाशातले ग्रह मानवी जीवनावर प्रभाव टाकतात. अमुक दिवस अशुभ, त्या दिवशी नवे चांगले काम हाती घेऊ नये, असा एक अंधविश्वास आहे. परंतु दिवस अशुभ आहे हे कसे ठरते? त्यामागे ठोकताळे काय आहेत? ग्रह कुठे आकाशात वावरतात त्याचा आपल्या दिनचर्येवर प्रभाव पडतो का? वस्तुस्थिती अशी आहे की अनेक चाचण्या घेऊन, अनेक प्रयोग करूनदेखील अशा तऱ्हेच्या प्रभावाचा कुठलाही पुरावा मिळालेला नाही.

पत्रिका जुळल्या की लग्न सुखी, यशस्वी होते हा असाच एक अंधविश्वास. अमेरिकेत ३०००पेक्षा अधिक स्त्री-पुरुषांच्या पत्रिका अशा दृष्टिकोनातून तपासल्या गेल्या. त्या पाहून प्रख्यात ज्योतिषांनी निदान केले की अमुक जोडप्यांच्या पत्रिका जुळतात, त्यांची लग्ने यशस्वी होतील किंवा आहेत. अमुक जोडप्यांच्या पत्रिका जुळत नाहीत. त्यांची लग्ने मोडतील. त्या जोडप्यांमध्येही काही लग्नात सुखी झालेली होती, तर काही घटस्फोटित होती. परंतु त्यांचा पत्रिका जुळण्या-न जुळण्याशी काहीही संबंध नव्हता. हे अशा तपासणीत आढळून आले.

तेव्हा आपण वधू-वर स्वभावाने, गुणाने, अनुभवाने एकमेकांना अनुरूप आहेत का हे पाहण्याऐवजी पत्रिका जुळवीत बसलो, तर तो चुकीचा मार्ग होणार नाही का? तसेच राहूकाल आहे म्हणून एखादी गोष्ट करण्याचे लांबणीवर टाकणे हेही मूर्खपणाचे नाही का? पण केवळ 'मी असे सांगतो' म्हणून या गोष्टीवर विश्वास ठेवू नका! वैज्ञानिक दृष्टिकोन वापरून पाहा, तुम्हाला आढळून येईल की ग्रह तुमच्या जीवनात कसलीही ढवळाढवळ करीत नाहीत! ते बिचारे सूर्याच्या गुरुत्वाकर्षणाच्या बळाखाली सूर्याची परिक्रमा करतात. ते कसे फिरतात ते गणित आयझॅक न्यूटन नावाच्या शास्त्रज्ञाने सोडवले त्याला

तीन शतके होऊन गेली. तेव्हा ग्रहांमध्ये काही खास शक्ती आहे असे मानायला आता काही जागा राहिली नाही.

अजून आपला समाज अंधश्रद्ध आहे याचे एक वेगळे उदाहरण काही वर्षांपूर्वी पाहायला मिळाले. गणपती दूध पितो अशी अफवा पसरली आणि देवळात गणपतीच्या पुढे हा चमत्कार पाहायला रांगा लागल्या. खरोखर काय घडत होते इकडे कोणीही लक्ष दिले नाही; परंतु शास्त्रज्ञांनी हे का घडते, नेमके काय घडले, दूध कसे खाली पडत होते हे सर्व सप्रमाण सिद्ध करून दाखवले तेव्हा कुठे त्या चमत्काराला आळा बसला.

परंतु त्यासाठी शास्त्रज्ञांचीसुद्धा गरज नव्हती. काही ठरावीक पृष्ठभागावर काही विशिष्ट द्रव कसे चढू शकतात आणि मग खाली पडतात हे तुम्ही स्वत: प्रयोग करून पाहू शकला असता. आजही करून पाहू शकता. मग तुमच्या लक्षात येईल की हा दैवी चमत्कार नव्हे.

स्वातंत्र्यपूर्व काळात जवाहरलाल नेहरूंनी आशावाद व्यक्त केला होता की, स्वातंत्र्य मिळाल्यावर भारतीय लोक अंधश्रद्धा झुगारून प्रगतीच्या पायऱ्या चढतील. आज स्वातंत्र्य मिळून सत्तरहून अधिक वर्षे उलटली तरी अंधश्रद्धांचा फास तसाच आहे आणि म्हणून आपली प्रगती व्हावी तशी होत नाही. तेव्हा वैज्ञानिक दृष्टिकोनाचा मार्ग अवलंबणार ना?

वैज्ञानिक जागृती हवी!

आपण मंदिरे बांधली, समाध्या बांधल्या, कलासाहित्याला राजाश्रय दिला, पण शास्त्र विषयांची हाव धरली नाही. आणि बहुतेक गोष्टींसाठी इंपोर्टेड वस्तू वापरल्या. ही फार मोठी चूक केली आहे. ती सुधारून आपले स्वत:चे प्रश्न सोडविण्यासाठी आपणच संशोधन करायला हवं. आणि संशोधनावर खर्च होत असलेल्या पैशांचा आढावा घ्यावयास हवा.

> भारतासारख्या गरीब, विकसनशील राष्ट्राला मूलभूत संशोधनाचा पांढरा हत्ती पोसण्याची ऐपत आहे का? त्याचा आपल्याला खरोखरच किती फायदा होतो? आपल्यासारख्या गरीब राष्ट्राच्या रोजच्या समस्या सोडवण्यासाठी वैज्ञानिक संशोधनाचा काय उपयोग होतो? त्यासाठी आपले शास्त्रज्ञ काय करीत आहेत?

वैज्ञानिक संशोधनावर खर्च होणारा पैसा हा जनतेचा पैसा आहे. म्हणून आम्ही काय करतो हे विचारण्याचा नागरिकांना हक्क आहे. तुम्ही या पैशांचे काय करता? त्याचा आम्हांला काय उपयोग आहे? त्या पैशाचा गैरवापर तर होत नाही ना? असे प्रश्न नागरिकांनी विचारले पाहिजेत. आणि त्यांची उत्तरे देणे ही शास्त्रज्ञांची जबाबदारी आहे.

आपली तशी मनोवृत्ती नाही ही फार खेदाची गोष्ट आहे. त्या बाबतीत ठोस प्रयत्न व्हायला हवेत.

त्यावेळी झालेली काही प्रश्नोत्तरे पुढीलप्रमाणे:

- **मूलभूत संशोधन आपल्याला परवडणारे आहे का?**

उत्तर : मूलभूत संशोधनाबाबत पंडित नेहरुंच्या काही ठाम कल्पना होत्या. त्यामुळे त्यांच्या वेळेपासून मूलभूत संशोधनाला सुरुवात झाली. डॉ. भाभांचे म्हणणेही असेच होते की, मूलभूत संशोधनाचा प्रत्यक्षात उपयोग किती होतो वगैरेची चर्चा आता न करता, संशोधन सुरू करावे, ते चालू ठेवावे. त्याचा उपयोग आज नाही तरी आणखी काही वर्षांनी नक्कीच होईल. शिवाय, या मूलभूत संशोधन केंद्रामध्ये कितीतरी शास्त्रज्ञ शिकून जबाबदारीने संशोधनाचे काम करीत आहेत. दुसरी गोष्ट म्हणजे मूलगामी संशोधन चालू असताना, इतर बारीकसारीक शोध लागतात, ज्यांचा रोजच्या जीवनात उपयोग होतो. अमेरिकेमध्ये अंतराळयानांवर जेव्हा तांत्रिक संशोधन चालू होते, तेव्हा 'फ्लूऑन'चा शोध लागला. त्यामुळे 'नॉनस्टिक', तळाला न लागणाऱ्या भांड्यांची निर्मिती करता आली. त्यामुळे रोजच्या वापरातल्या भांड्यांमध्ये केवढी क्रांती झाली.

- **स्वतः संशोधन करत बसण्याऐवजी, रोजच्या व्यवहारात उपयोगी पडणारे शोध, तांत्रिक ज्ञान बाहेरून आयात का करू नये? त्यामुळे आपले कितीतरी पैसे, वेळ, आपल्या शास्त्रज्ञांचे कष्ट वाचतील.**

उत्तर : असे जपानने केले होते. जपानचे अनुकरण करायला काहीच हरकत नाही. मूळ वस्तू आयात करून तिच्यात आपल्याला हवे ते बदल करून वापरणे ही गोष्ट जपानने यशस्वी करून दाखवली. त्यात कसलाच कमीपणा वाटायचे कारण नाही. आपण बरेचसे शास्त्रीय ज्ञान आयात करतही आहोत. पण सर्वस्वी

दुसऱ्या राष्ट्रांवर अवलंबून राहाणे योग्य होणार नाही. कारण आपल्या ज्या विशिष्ट गरजा आहेत त्या सर्वच या आयातीने पूर्ण होणाऱ्या नाहीत. वैज्ञानिक ज्ञानात खूपच प्रगती केलेली पाश्चात्य राष्ट्रे आणि आपण यांच्या जीवनपद्धतीत फार मोठा फरक आहे. त्यामुळे त्यांचे सगळेच ज्ञान आपल्याला उपयोगी पडणारे नसते. शिवाय ग्रामीण भागातले आधुनिकीकरण करणे आपल्याला उपयोगी पडणारे नसते. परंतु आपल्या शेतीच्या समस्या सोडवणे, हा आपल्या पुढचा मोठा प्रश्न आहे. त्या बाबतीतले संशोधन आपल्यालाच करायला हवे.

- **एकच मोठी संशोधन संस्था चालवण्यापेक्षा, छोट्या छोट्या संशोधन संस्था ठिकठिकाणी स्थापन केल्या तर?**

उत्तर : माझ्या मते हे फायद्याचे होणार नाही. त्यामध्ये एक फार मोठा धोका संभवतो, तो म्हणजे एकाच प्रकारचे संशोधन ठिकठिकाणी होत राहील. त्यामुळे कितीतरी पैसा, वेळ, कष्ट पुनरुक्तीमुळे फुकट जातील. त्यासाठी एखाद्या केंद्रीय संस्थेची जास्त जरूर वाटते. नाही तर वेगवेगळ्या संस्थांचा आपापसांत सतत संपर्क ठेवण्यासाठी एक स्वतंत्र व्यवस्थाच उभी करायला हवी.

- **कृषी विद्यापीठातून होणाऱ्या संशोधनकार्याचाही फारसा उपयोग होत नाही; असे म्हटले जाते. हा दोष कुणाचा? विद्वत्तेचा की संपर्कपद्धतीचा?''**

उत्तर : कृषी विद्यापीठात होणाऱ्या संशोधनाची माहिती समाजापर्यंत पोचवण्याची काहीतरी चोख व्यवस्था व्हायला हवी. त्याबद्दल सगळीकडेच उदासीनता आढळून येते.

- **आपण शास्त्रीय दृष्टिकोन घेऊच शकत नाही का? आपण फार परंपरावादी आहोत म्हणून ही उदासीनता आढळून येते का?**

उत्तर : शक्य आहे. परंतु आता या मनोवृत्तीत फरक पडत चालला आहे, असे मला वाटते. भारताचा इतिहास पाहू जाता एक गोष्ट लक्षात येते की, विज्ञानाकडे आपण कधीच लक्ष दिले नाही. आपल्या राजेरजवाड्यांनी, बादशाहांनी मंदिरे बांधली, राजवाडे बांधले, थडगी बांधली, कलासाहित्याला भरपूर राजाश्रय दिला; पण विज्ञानाकडे त्यांचे चांगलेच दुर्लक्ष झाले. राजा जयसिंगाची वेधशाळा आणि आणखी एखाद-दुसरे उदाहरण सोडले, तर शास्त्रीय

ज्ञानाची हाव कोणामध्येच दिसत नाही. सततच्या युद्धांमुळे शांतता नव्हती म्हणून विज्ञानाकडे दुर्लक्ष झाले असे म्हणणे चूक आहे. कारण यूरोपमध्येही सतत युद्धे चालूच होती. तरीसुद्धा यूरोपमध्ये बहुरंगी वैज्ञानिक संशोधन सतत चालू राहिले. तिथे विज्ञानाकडे विशेषत्वाने लक्ष नेहमीच दिले जाते.''

- **विज्ञानाबद्दलची ही उदासीन वृत्ती घालवून नवा वैज्ञानिक दृष्टिकोन येण्यासाठी काय करायला हवं?**

उत्तर : त्यासाठी शाळेपासूनच सुरुवात करायला हवी. मुलांमध्ये लहानपणापासूनच चौकस वृत्ती जोपासली पाहिजे. सूर्य पूर्वेला उगवतो आणि पश्चिमेला मावळतो, हे पहिल्या इयत्तेपासून मुलांना शिकवले जाते. पण पूर्व, पश्चिम कशी ठरवायची; उगवतो, मावळतो म्हणजे नक्की काय होते ते सांगितले जातच नाही. सुदैवाने मुलांना सूर्य म्हणजे काय हे माहीत असते हे तरी नशीबच. मुलांकडून फक्त वर्षानुवर्षे शिकवलेले पाठ करून घेतले जाते. परीक्षेत मार्क्स मिळाले की झाले, हीच प्रवृत्ती असते. पण त्यातले वैज्ञानिक तत्त्व कितपत कळले आहे याची दखल कोणीच घेत नाही. फार तर स्पेलिंगच्या चुका, ऱ्हस्व-दीर्घाच्या चुका दुरुस्त केल्या जातात. लहानपणी गणिताच्या सरांनी एका गणिताची रीत शिकवली. परीक्षेच्या वेळी मला वाटले की ही रीत लांबलचक आहे. म्हणून मी ते गणित दुसऱ्या रीतीने सोडवले. उत्तर बरोबर आले. सरांनी मला मार्कही दिले. पण सर म्हणाले, ''मॅट्रिकच्या परीक्षेत हे गणित आले तर मी शिकवलेल्या पद्धतीनेच सोडव. नाहीतर रीत चुकली म्हणून तुला मार्क पडायचे नाहीत!''

- **शिक्षण-चाकोरीतून बाहेर पडायला हवे, नाही का?**

उत्तर : अत्यंत चाकोरीबद्ध शिक्षण आपल्याकडे दिले जाते. शिक्षणाची ही पद्धतीच चुकीची आहे. ती बदलायला हवी. चौकसपणाची, प्रश्न विचारण्याची वृत्ती वाढली पाहिजे. आपल्याकडच्या पाठ्यपुस्तकात माहितीचा भरपूर संग्रह असतो आणि शाळांमधून वर्षाच्या अखेरीस हा भाग कसा संपवायचा इकडेच सगळे लक्ष दिले जाते. त्यापेक्षा जे काय शिकवले जाते ते चांगल्या तऱ्हेने शिकवले जाते की नाही, ते मुलांच्या लक्षात राहील का, ते मुलांना संपूर्णपणे समजले आहे का याची खबरदारी घेण्यात यावी. नाहीतर मुले वर्षानुवर्षे 'पंजाबमध्ये गहू पिकतो आणि कोकणात भात पिकतो' हे शिकतच राहतात. पण का, ते त्यांना शेवटपर्यंत कळतच नाही. म्हणून आपल्याकडच्या शिक्षणामध्ये फरक करायला

हवा आहे. चाकोरीतून बाहेर पडायला हवे. त्याशिवाय वृत्तपत्रांतून, दूरदर्शनवरून, सॅटेलाइटच्या मदतीने खेड्यापाड्यांतही दूरदर्शनवरून लोकांना सतत वैज्ञानिक ज्ञानाची माहिती दिली गेली पाहिजे. आपल्याकडे सायन्स रिपोर्टिंग होतच नाही.

- **हल्ली वैज्ञानिक संशोधनाचा अर्थ जास्तीत जास्त मानवसंहार असाच झाला आहे. जर वैज्ञानिक शोध लावत लावत न्यूट्रॉन बॉम्बपर्यंत पोचणार असले, तर या शास्त्रीय संशोधनाला काही अर्थ उरणार आहे का? या संशोधनाचाच उबग येऊन उद्याचे शास्त्रज्ञ संशोधनाचे काम थांबवावे या निर्णयावर पोचतील का?**

उत्तर : संरक्षणासाठी, हेरगिरीसाठी जगामध्ये सर्वात जास्त संशोधन होतेच ही खरी गोष्ट आहे. आज वैज्ञानिक संशोधन हा एक राजकारणाचा विषय होऊन बसला आहे. ही फार दुर्दैवाची गोष्ट आहे. शास्त्रज्ञ आपल्या ज्ञानाची माहिती आणि त्याचा उपयोग कसा करून घेता येईल या बाबतीत काही चार गोष्टी हिताच्या सांगतात. पण प्रत्यक्षात त्याचा उपयोग कसा करायचा, हे सर्वस्वी राजकारणी लोकांच्या हातात असते. त्यावर शास्त्रज्ञांचे काहीही बंधन नसते. आइनस्टाइनने आपले अणुसंशोधन, हिटलरच्या हाती लागण्याअगोदर अमेरिकेच्या स्वाधीन केले. पण अमेरिकेनेही त्याचा उपयोग अणुबॉम्ब तयार करून मानवी संहाराकडेच केला. या गोष्टीचे आइनस्टाइनला फार वाईट वाटले. त्याला पश्चात्ताप झाला. शास्त्रज्ञांना खूष ठेवण्यासाठी, त्यांच्या संशोधनकार्यासाठी त्यांना पैसा दिला जातो. पण मूळ हेतू, स्वतःचे शस्त्रबळ वाढवणे हाच असतो ही गोष्ट नाकारता येणार नाही.

- **शास्त्रज्ञांनी विचारपूर्वक संशोधन करावे असे म्हणता येईल का?**

उत्तर : ''खरे म्हणजे, जे निरनिराळे असाध्य रोग मानवाला डोकेदुखी होऊन बसले आहेत, त्यावर संशोधन व इलाज व्हावा या दृष्टीने विज्ञानसंशोधन व्हायला हवे, त्यासाठी जास्त पैसा खर्च झाला पाहिजे. त्यासाठी समाजाने दबाव आणला पाहिजे. शासनावर असा दबाव आणणारी संस्था आज आपल्याकडे नाही. आपल्याकडची इंडियन नॅशनल सायन्स ॲकॅडमी ही संस्था आहे; पण तिचा तसा उपयोग होत नाही. त्यासाठी सुशिक्षितांचा मंच तयार केला पाहिजे. त्यामध्ये समाजातील वेगवेगळ्या घटकांचे प्रतिनिधी असावेत. त्यांनी शहरांत, खेडोपाडी जाऊन लोकांच्या गरजा जाणून घेऊन, त्यांच्या समस्यांचा विचार करून, त्यावर शास्त्रज्ञांनी काम करायला हवे अशी आग्रहाची मागणी सरकारकडे

केली पाहिजे. सरकारवर त्यासाठी दबाव आणला पाहिजे. त्यामुळे समाज आणि शास्त्रज्ञ हे दोघेही जास्त जवळ येतील. शास्त्रज्ञांनी लावलेल्या समाजोपयोगी शोधांची माहिती लोकांना या मंचाने करून दिली पाहिजे. थोडक्यात म्हणजे, समाज आणि शास्त्रज्ञ यांच्यामध्ये असलेले अंतर भरून काढणाऱ्या संस्थेची आज आपल्याला नितांत गरज आहे. म्हणजे मग वैज्ञानिक संशोधनाची दिशा एकीकडे तर समाजाचे तोंड दुसरीकडे असे व्हायचे नाही.''

- **विद्यापीठ अनुदान मंडळ वैज्ञानिक संशोधनासाठी विद्यापीठांना पैसा देते, तो पुरेसा आहे का? संशोधकाला जाब विचारणारा नको का?**

उत्तर : पाश्चात्यांच्या मानाने आपल्याकडे फारच कमी पैसा संशोधनावर खर्च केला जातो. अर्थात अशी तुलना करणे योग्य होणार नाही. विद्यापीठ अनुदान मंडळाकडून वेगवेगळ्या विद्यापीठांना भरपूर पैसा दिला जातो. पण नंतर त्या पैशाच्या विनियोगावर मंडळाचे काहीही नियंत्रण राहात नाही. त्यामुळे पुष्कळदा हा पैसा फुकट जातो, नाहीतर या पैशाचा गैरवापर होतो, गैरव्यवहार होतो. म्हणून अशा दिलेल्या पैशाचे काय केले, त्याचा विनियोग कसा केला गेला, याबद्दल विद्यापीठांना जाब विचारण्याचा अधिकार विद्यापीठ अनुदान मंडळाला मिळाला पाहिजे.

- **मोजकेच संशोधन असावे का?**

उत्तर : आणखीही एक गोष्ट व्हायला हवी आहे. वेगवेगळी विद्यापीठे आपापल्या मागण्या मंडळापुढे मांडतात. त्या सगळ्याच मागण्या संपूर्णपणाने पूर्ण करण्याएवढा पैसा मंडळाकडे नसल्यामुळे, मंडळ प्रत्येक विद्यापीठाला त्यांच्या त्यांच्या आवश्यकतेपेक्षा कमी पैसा देते. त्यामुळे या विद्यापीठांतून कोणतेच काम पूर्ण होत नाही. त्यासाठी थोडेसे अप्रिय निर्णय घ्यायला लागले, काही माणसे दुखावली गेली तरी हरकत नाही. पण सगळी कामे अर्धवट पडून राहण्यापेक्षा, निवडक विद्यापीठांना त्यांच्या मागणीप्रमाणे संपूर्ण अनुदान द्यावे. म्हणजे निदान काही संशोधन कार्ये तरी समाधानकारकरीत्या पूर्ण होऊ शकतील.

- **अनेक मोठमोठ्या संशोधन संस्था असताना विद्यापीठ अनुदान मंडळाला एवढे प्राधान्य का दिले जाते?**

उत्तर : खासगी संशोधन संस्था स्थापन होण्यापूर्वीपासून विद्यापीठातूनच संशोधन कार्य चालायचे. त्यामुळेच या मंडळाला प्राधान्य मिळाले असावे.

- **जर विद्यापीठातून संशोधन कार्यावर खर्च होणाऱ्या पैशाचा गोंधळ होतो, तर हा पैसा खासगी संशोधन संस्थांना दिला तर?**

उत्तर : ही गोष्ट मला विशेष पसंत नाही. पैशाबाबत गोंधळ होतो तर तो गैरकारभाराचा भाग झाला. विद्यापीठ अनुदान मंडळाला जास्त अधिकार देऊन, विद्यापीठांवर कडक निर्बंध घालून हा गैरकारभार टाळता येईल. आपल्याकडच्या विद्यापीठात चालणाऱ्या संशोधनाला एक ऐतिहासिक परंपरा आहे. तिथे चालणारे संशोधन चांगल्या दर्जाचे असे. सी.व्ही. रामन हे त्याचे एक ठळक उदाहरण म्हणून सांगता येईल. आजही कितीतरी विद्यापीठांतून दर्जेदार संशोधन चालू आहे. त्यामुळे ती परंपरा खंडित होऊ नये असे मला वाटते. त्या बाबतीत अनुदान मंडळाने जास्त चोखंदळपणा दाखवायला हवा. म्हणजे गैरव्यवहार टाळले जाऊन शुद्ध संशोधन कार्य तेवढेच चालू राहील. संशोधनाच्या बाबतीत आपली विद्यापीठे किंवा खासगी संस्था जगातल्या कोठल्याही विद्यापीठांपेक्षा, संशोधन केंद्रापेक्षा कमी आहेत असे मला वाटत नाही. आपल्या कामाला कोणत्याही प्रकाराने खीळ बसता उपयोगाची नाही.

- **ऊर्जा समस्या हा आपल्यापुढचा फार मोठा प्रश्न होऊन बसलाय. तर ऊर्जा निर्मितीतील यश आपल्या किती जवळ आले आहे?**

उत्तर : जगामध्ये आणि आपल्याकडेही अणुशक्ती व सूर्यशक्तीवर संशोधन चालू आहेत. आपल्याकडे तारापूर केंद्रामध्ये फिशन पद्धतीने संशोधन चालू आहे. या पद्धतीनुसार मोठ्या अणूचे तुकडे करून त्यातून शक्ती निर्माण केली जाते. अणुबाँबची निर्मिती याच पद्धतीने झाली. फ्यूजन पद्धतीवरही संशोधन चालू आहेच. आपल्याकडे फ्यूजन रिॲक्टर्स अजून तयार व्हायचे आहेत. त्यामध्ये छोटे अणू एकत्र आणून त्यातून शक्ती निर्माण केली जाते. यामधूनच हायड्रोजन बाँबची निर्मिती झाली. यामधून प्रचंड अणुशक्ती निर्माण होते. पण ती आपल्याला हवी तेवढीच, मर्यादित स्वरूपात मिळत नाही. त्यासाठीच संशोधन कार्य चालू आहे. फ्यूजनसाठी समुद्राचे पाणी वापरता येते. ते आपल्याला भरपूर

प्रमाणात उपलब्ध आहे. फ्यूजन पद्धतीने मर्यादित स्वरूपात, आपल्या गरजेप्रमाणे अणुशक्ती मिळवण्यासाठी अजून वीस वर्षे लागतील असा शास्त्रज्ञांचा अंदाज आहे. हे तंत्रज्ञान साध्य झाले, तर संपूर्ण जगाचे स्वरूपच पालटून जाईल.

ऊर्जा निर्मितीचा दुसरा मार्ग म्हणजे सूर्यशक्तीचा वापर. सूर्यापासून आपण ऊर्जा निर्माण करण्यात यशस्वी झालो असलो, तरी ती मोठ्या प्रमाणात वापरासाठी परवडणारी नाही. अंतराळात सोडलेली सॅटेलाइट्स सूर्यशक्तीच्या बॅटरीवर काम करत आहेत; पण रोजच्या वापरासाठी या बॅटरीज नाही. त्या फारच महाग पडतात. सूर्यप्रकाश भरपूर असेल तेव्हाच ही सूर्यशक्ती आपल्याला मिळू शकते, ही यामध्ये सध्या फार मोठी उणीव आहे. शाळा-कॉलेजांतल्या प्रदर्शनातून सूर्यशक्तीवर चालणारे स्टोव्ह तुम्ही पाहिलेच असतील. आता बऱ्याच ठिकाणी अंघोळीचे पाणी तापवण्यासाठी सूर्यशक्तीचा वापर करतात. पण प्रश्न तोच येतो, की सूर्यप्रकाश असेल तेव्हाच त्याचा उपयोग, इतर वेळी नाही. सूर्यशक्तीच्या बॅटरीज स्वस्तात तयार करता येणे हा यातला फार मोठा टप्पा होईल. अंतराळामध्ये मोठ्या आरशामध्ये भरपूर सूर्यशक्ती गोळा करून, तिचा नियमित पुरवठा करता येणे ही महत्त्वाची गोष्ट ठरेल. त्यामध्ये यश मिळाले, तर रात्री किंवा ढगाळ हवा असतानाही आपल्याला सूर्यशक्ती मिळू शकते. सुरुवातीला त्यासाठी खूप पैसा खर्च करावा लागला, तरी नंतर मात्र ही सूर्यशक्ती खूपच स्वस्तात मिळू शकते. त्या बाबतीत संशोधन चालू आहे. त्यामध्ये यश यायला मात्र अजून पन्नास वर्षे लागतील. आपल्याकडे टाटांनी दिल्लीला सोलर एनर्जी इन्स्टिट्यूट चालू केली आहे. अगदी छोट्या प्रमाणात चालू झालेली ही संस्था वाढते आहे.

- **बुद्धीपलीकडच्या गोष्टींचा शोध लावणे शास्त्रज्ञांना शक्य आहे का?**

उत्तर : मी ज्यांच्या बरोबरीने संशोधनाचे काम करतो, ते माझे गुरू फ्रेड हॉएल मागे एकदा म्हणाले होते की, या सृष्टीमध्ये लक्षावधी अणुघटक असताना, जीवसृष्टीच्या उत्पत्तीसाठी काही विशिष्ट अणुघटकच एकत्र यावे लागतात त्याशिवाय जीवसृष्टी उत्पन्न होणारच नाही. संभाव्यतेच्या तत्त्वाचा विचार केला, त्यानुसार हिशेब मांडला, तर ते विशिष्ट अणुघटक एकत्र यायला लक्षावधी वर्षे जायला हवीत. असं असताना एका विशिष्ट वेळीच ही जीवसृष्टी कशी निर्माण झाली? का झाली? त्यामागचा हेतू काय? हे काही निवळ योगायोगानेच घडले नाही. त्यामागे कोणीतरी आहे. काहीतरी सुपर इंटलिजन्स - विलक्षण वरच्या दर्जाची बुद्धिमत्ता - त्यामागे आहे....

- **हॉएल ज्याला सुपर इंटेलिजन्स म्हणतात, त्यालाच सर्वसामान्य माणूस परमेश्वर म्हणत असेल. पण हॉएलचं हे म्हणणे तुम्हाला पटते का?**

उत्तर : हॉएलच्या म्हणण्यामध्ये काहीतरी तथ्य वाटते खरे. तसे म्हटले तर आइनस्टाइननेही नियती मान्य केलीच होती. मानवी जीवनाचा अंतिम हेतू शोधून काढता काढता लोक परमेश्वराच्या कल्पनेपर्यंत जाऊन पोचले. तिथे त्यांना मानसिक शांती मिळते, असे म्हणतात,

- **शास्त्रज्ञ निसर्गनियमांच्या, निर्मितीच्या, सृष्टितत्त्वांच्या अतिशय निकट जाऊन पोचलेले असतात. वैज्ञानिक संशोधन करताना, सृष्टीची, ज्ञानाची नवनवीन रहस्ये त्यांना उलगडत जातात, तेव्हा शास्त्रज्ञांना मानसिक शांती मिळते का?**

उत्तर : मला वाटते आपण पुन्हा गृहीत कल्पनांबद्दल बोलत आहोत. अशा गृहीत कल्पनांनी मानसिक शांती मिळत नाही. पण आम्ही जे काम करतो, त्यांतून कार्यसाफल्याचे समाधान मिळते. समाजाचे जीवन अधिकाधिक सुसह्य, चांगले कसे होईल त्याबद्दल आम्ही संशोधन करीत असतो. त्याबद्दल आपण काही करू शकतो, हे खरे आमचे समाधान आहे.

◆ ◆ ◆

६.

विज्ञानयुगात भारत

विज्ञानाची घोडदौड आणि तिचा समाजावर होणारा वाढता परिणाम ही विज्ञानयुगाची लक्षणे मानली जातात. त्या लक्षणांनुसार हे युग दुसऱ्या महायुद्धानंतर सुरू झाले असे मानायला हरकत नाही. भारताला स्वातंत्र्यही दुसऱ्या महायुद्धानंतर लवकरच मिळाले. म्हणून भारताने स्वातंत्र्याचा अनुभव घ्यायला सुरुवात केली तेव्हाच विज्ञानयुगाच्या नवनवीन पैलूंचाही अनुभव त्याला येऊ लागला. आज स्वातंत्र्याचे सातवे दशक ओलांडताना विज्ञानयुगात भारताची वाटचाल कशी होत आहे व पुढे कशी होणार आहे याचा आढावा घेणे उचित ठरेल.

आजच्या परिस्थितीकडे वळण्यापूर्वी इतिहासाची थोडी दखल घेणे आवश्यक आहे. कारण १९४७मध्ये सत्तांतर झाले, तरी समाज जादूची कांडी फिरवल्याप्रमाणे लगेच बदलला नाही; त्याच्या परंपरा पूर्वीप्रमाणेच चालू राहिल्या.

सतराव्या शतकात यूरोपात विज्ञानयुगाची चाहूल लागली. गॅलिलिओ आणि न्यूटन यांच्या काळात. प्रख्यात शास्त्रज्ञ व नोबेल पारितोषिकाचे मानकरी अब्दुस सलाम यांनी या संदर्भात दिलेले एक उदाहरण बरेच काही सांगून जाते, ते असे. याच शतकात, जवळजवळ एकाच कालखंडात शहाजहानच्या कारकिर्दीत ताजमहाल आणि लंडनमध्ये सेंट पॉल कॅथीड्रलची निर्मिती झाली. वास्तुकलेचे हे दोन उत्कृष्ट नमुने भारत आणि यूरोप यांनी या क्षेत्रात गाठलेल्या उच्च पातळीची जाणीव करून देतात, परंतु नंतर यूरोपमध्ये न्यूटन झाला तसा भारतात एकही शास्त्रज्ञ जन्माला का आला नाही? यूरोपमधील छोट्या मोठ्या संस्थानिकांनी वैज्ञानिकांना आश्रय दिला परंतु साहित्य, कला यांना आश्रय देणाऱ्या आपल्या राजेमहाराजांनी, बादशहा पातशाहांनी विज्ञानाबद्दल यत्किंचितही आस्था दाखवली नाही. असे का व्हावे हा एक संशोधनाचा विषय आहे; पण वस्तुस्थिती तशी होती.

पुढे यूरोपमध्ये औद्योगिक क्रांती झाली आणि तो भाग विज्ञानयुगाच्या उंबरठ्यावर जाऊन पोचला. विज्ञानाकडून मिळणाऱ्या तंत्रज्ञानाचा उपयोग साम्राज्यवाद पसरवण्याकरिता केला गेला. पण आपल्या राज्यकर्त्यांनी विज्ञानाला आश्रय देण्याचे महत्त्व जाणले नाही.

आजही आपण पूर्वीच्या, म्हणजे वेदकालापासून ते भास्कराचार्यांपर्यंतच्या आपल्या वैज्ञानिक परंपरेचे, वारशाचे गोडवे गात असलो, तरी भारतातील आधुनिक विज्ञान तंत्रज्ञानाचा पाया ब्रिटिशांनीच घातला. नोबेल पारितोषिकाचे विजेते रामन यांचे सर्व महत्त्वाचे संशोधन ब्रिटिश आमदनीत झाले. जागतिक कीर्ती मिळवणाऱ्या या शास्त्रज्ञांना आयुष्यात अनेक वेळा पारतंत्र्याचे चटके बसले. जगदीशचंद्र बोस, सत्येंद्रनाथ बोस, मेघनाद साहा वगैरे शास्त्रज्ञदेखील त्यांचे संशोधन पारतंत्र्याच्या दडपणाखालीच करत होते.

स्वतंत्र भारताला विज्ञानाची दिशा दाखवणे अत्यंत आवश्यक आहे याची जाणीव पहिले पंतप्रधान जवाहरलाल नेहरु यांना होती. होमी भाभा, शांतिस्वरूप भटनागर व दौलतसिंग कोठारी यांसारखे शास्त्रज्ञ त्या वेळी पंतप्रधानांना वैज्ञानिक मार्गदर्शन करायला उपलब्ध होते. अणुऊर्जा प्रकल्प आणि संशोधन, वैज्ञानिक आणि औद्योगिक प्रयोगशाळांची संघटना आणि विद्यापीठांची वाढ... यांबद्दल महत्त्वाची पावले या पहिल्या दशकात टाकण्यात आली.

विज्ञानयुगाला सामोरे जाण्यासाठी जाणीवपूर्वक टाकलेली ती पावले होती. दुसऱ्या महायुद्धात अणुशक्तीचे महत्त्व कळून चुकले होते. वाढत्या औद्योगिकीकरणासाठी आणि जीवनमान उंचवण्यासाठी मानवाला ऊर्जेची अधिकाधिक गरज भासत जाणार, त्यासाठी ऊर्जानिर्मितीची नवनवी साधने शोधावी लागणार म्हणून अणुशक्तीचा शांततामय कार्यासाठी उपयोग कसा करता येईल यासाठी प्रयत्न आवश्यक आहे. हा अणुऊर्जा कार्यक्रमामागील हेतू. औद्योगिकीकरण म्हणजे नुसती कारखानदारी नव्हे. विज्ञानाकडून दिवसेंदिवस उपलब्ध होणाऱ्या नव्या कल्पनांचे मानव जीवनविकासासाठी मोठ्या प्रमाणावर रूपांतर करणे हा औद्योगिकीकरणाचा मूळ हेतू. त्याचप्रमाणे मानवापुढील काही न सुटलेल्या समस्यांवर औद्योगिक तोडगा शोधून काढायला वैज्ञानिक संशोधनाची नवी दालने उघडावी लागतात. त्यासाठी सी.एस.आय.आर.च्या प्रयोगशाळांची योजना होती.

कुठलेही लहानमोठे प्रकल्प राबवायला अखेर मनुष्यबळ लागते. प्रशिक्षित मनुष्यबळ तयार करण्याला शिक्षणाचा सर्वांगीण विकास व्हावा लागतो. त्या उद्देशाने विद्यापीठांना भरपूर अनुदाने देऊन त्यांची संख्या वाढवून, त्याचप्रमाणे

आय.आय.टी.सारख्या शिक्षणसंस्था निर्माण करून हा प्रश्न सोडवायचा घाट घातला गेला. सात दशकांनंतर आपण मागे वळून पाहू या की ही उद्दिष्टे कितपत साध्य झाली.

होमी भाभांच्या मार्गदर्शनाखाली अणुऊर्जा मंडळ स्थापन झाले आणि अणुशक्ती कार्यक्रमाचा वेगाने विकास होत गेला. अणुशक्तीवरील संशोधन गुप्त स्वरूपाचे असते. एका राष्ट्राकडून दुसऱ्या राष्ट्राला ते सगळेच्या सगळे पुरवले

भारतातील अणुऊर्जा मंडळ

जात नाही. अणुभट्ट्यांचे तंत्रज्ञान, इंधन इत्यादींमध्ये राष्ट्राने स्वावलंबी असणे हिताचे ठरते. म्हणून तंत्रज्ञानाबरोबर मूलभूत संशोधन आणि विकासाला वाहिलेले संशोधनदेखील जोपासावे लागते. या दृष्टीने आरंभीच पावले उचलली गेली म्हणून भारत या क्षेत्रात जागतिक पातळीवर लक्षणीय प्रगती करू शकला.

तरीही या क्षेत्रात आलबेल आहे असे नाही. अणुभट्ट्या बंद पडल्याचे रिपोर्ट वेळोवेळी येतात. इंधन पुरवठ्याचे प्रश्न उपस्थित होतात. काही शास्त्रज्ञांच्या आत्महत्येच्या खळबळजनक बातम्या येऊन गेल्या आहेत. शिवाय अणुभट्ट्यांपासून होणाऱ्या किरणोत्सर्गाच्या धोक्याबद्दल पुरेशी खबरदारी घेतली जाते की नाही, याबद्दल जनमानसांत शंका आहे. चिंतेच्या बाबी खऱ्या असतील किंवा अतिरंजितही असतील. परंतु त्यामागचे एक कारण, एकंदर प्रकल्पच गोपनीय असल्याने त्याबद्दल प्रकटरीत्या विचारता येत नाही, हे आहे.

पण अणुऊर्जा मंडळाच्या धर्तीवर इतर मंडळे स्थापन करण्यात आली आहेत. उदाहरणार्थ, अंतराळ, इलेक्ट्रॉनिक्स आणि तेल व नैसर्गिक वायू यांवरील मंडळे. अंतराळ क्षेत्रातदेखील भारताची एकंदर कामगिरी उल्लेखनीय आहे. उपग्रहांतून दूरशिक्षण, पृथ्वीच्या भागांचे सूक्ष्म अवलोकन, दळणवळण इत्यादींत अंतराळ मंडळाची प्रगती समाधानकारक आहे.

१९७३नंतर तेलाच्या किंमती वाढल्या, तेव्हा तेलाच्या साठ्यांबद्दल स्वावलंबी बनायच्या उद्दिष्टांकडेदेखील भारताची वाटचाल समाधानकारक आहे. बॉम्बे हायसारखे सागराखालील साठे शोधण्यात आणि त्यांचा उपयोग करण्यात भारताने स्वत:च्या हिंमतीवर यश मिळवले आहे.

इलेक्ट्रॉनिक्स बाबतीत मात्र भारत बराच मागे पडला आहे हे मान्य करावे लागले. याचे कारण म्हणजे या क्षेत्रात आरंभीच्या काळात, म्हणजे १९६०-६५च्या सुमारास योग्य मार्गदर्शन मिळू शकले नाही. आयात विरुद्ध स्वदेशी या प्रश्नावर निश्चित धोरण नव्हते. नवीन कल्पनांना नोकरशाहीने दडपून टाकल्याची शेकडो उदाहरणे सापडतील. त्यामुळे उत्साही व कल्पक उद्योजक आपले कसब दाखवू शकले नाहीत.

वास्तविक एकंदर विज्ञान आणि तंत्रज्ञान यांतील भारताच्या प्रगतीचा आढावा घेतला, तर त्यात जमेच्या आणि तोट्याच्या बाजू सापडतील. तोट्याच्या बाजूचे विश्लेषण केले, तर एक महत्त्वाचे कारण सापडेल; विज्ञान आणि तंत्रज्ञानाच्या क्षेत्रात घुसलेली नोकरशाही भारतीय समाजाला जातीभेदाचा उपसर्ग होतो त्याचप्रमाणे या क्षेत्रात नोकरशाहीचा.

प्रशासकीय सेवेत वयोमानानुसार वेतनश्रेणी आणि त्याबरोबरचे अधिकार चढत जातात. विज्ञानात तसे नसते, एका ठरावीक मर्यादेपर्यंत वयोमानानुसार वाढणारा अनुभव उपयोगी पडतो. पण त्याहून जास्त महत्त्वाची संशोधनक्षमता ही वयाप्रमाणे वाढत जात नाही. साधारण चाळिशी ओलांडल्यावर ती कमी होऊ लागते. नोकरशाही पद्धतीमुळे ज्या शास्त्रज्ञांकडून प्रभावी कामगिरीची अपेक्षा असते त्यांना महत्त्वाचे निर्णय घ्यायचे अधिकार नसतात. ते अधिकार ज्यांच्याकडे असतात ते अनेकदा हेव्यादाव्यांमुळे किंवा निवळ निष्काळजीपणाने उचित वेळी उचित निर्णय घेत नाहीत. त्यामुळे सुपीक डोक्यातून निघालेल्या कल्पना 'दरिद्राणां मनोरथा:' याप्रमाणे कार्यवाहीत येत नाहीत. अर्थात, असे अपवादात्मक प्रसंग आहेत जिथे अधिकारावरील व्यक्तीने द्रष्टेपणा दाखवून हाताखालच्या शास्त्रज्ञांकडून कल्पना उचलून धरल्या.

विद्यापीठांची परिस्थिती तर याहून दयनीय आहे. त्यांना अनुदाने, वेतनश्रेण्या, भरपूर मिळूनही विज्ञान आणि तंत्रज्ञान या क्षेत्रांत त्यांचा हातभार कमी होत चालला आहे. याची कारणे अनेक देता येतील. त्यांतील काही अशी आहेत :-

विद्यापीठ हे विद्येचे पीठ असले पाहिजे. ज्ञानार्जन आणि ज्ञानदान या दोन कार्यांनाच ते वाहिलेले असावे. भारतीय पौराणिक परंपरेत ही दोन कार्ये ऋषिमुनींच्या आश्रमात, गावापासून दूर जंगलात चालत. याचे कारण, त्या कार्यासाठी आवश्यक मन:शांती तेथे असे. साधेपणाच्या राहणीवर जोर दिला जाई. पीठाधीश बाहेरची ढवळाढवळ खपवून घेत नसत. ते राजाकडे धाव घेत, ते केवळ एकाच कारणासाठी : जर तो राजा राक्षसांच्या उपसर्गापासून आश्रमांचे रक्षण करण्याच्या कर्तव्यात चुकला असेल तर. एरवी दिलीपसारखा मोठा राजा स्वत:ला काही हवे म्हणून वसिष्ठांसारख्या ऋषींकडे याचक म्हणून जाई. आज त्या परंपरेचे काय झाले?

महाराष्ट्रासारख्या पुढारलेल्या राज्यातील अर्थखात्याचा सचिव राज्यातल्या विद्यापीठांच्या कुलगुरूंना बोलावून 'तुमचे शिक्षक, प्राध्यापक (एखाद्या गिरणी कामगाराप्रमाणे) आठवड्यातून चाळीस तास काम करतात का' म्हणून जाब विचारू शकतो. आणि त्यांच्यासमोर 'हा प्रश्न विचारायचा अधिकार तुझा नाही. शिक्षण कसे द्यायचे ते ठरवण्याचा हक्क आमचा, आमच्या विद्यापीठातील शिक्षणतज्ज्ञांचा आहे' असे रोखठोकपणे सांगायचे एकाही कुलगुरूला शक्य होत नाही.

स्वत:ची स्वायत्तता राखणे भारतीय विद्यापीठांना शक्य झालेले नाही. स्वायत्ततेबरोबर जबाबदारी येते - आपली गुणवत्ता टिकवण्याची, वाढवण्याची. ती जबाबादारी विद्यापीठांना पेलली नाही. त्यामुळे राजकीय अनुदान स्वीकारताना राजकीय हस्तक्षेप ही विद्यापीठे टाळू शकली नाहीत. राजकीय अनुदान स्वीकारले की राजकीय हस्तक्षेप टाळता येत नाही हा समज चुकीचा आहे. पाश्चात्य विद्यापीठे अशी अनुदाने स्वीकारून आपली गुणवत्ता टिकवू शकतात.

माझेच विद्यापीठ - बनारस हिंदू युनिव्हर्सिटी (बी.एच.यू.) कसे घसरत गेले त्यावरून सर्व काही स्पष्ट होते. मदन मोहन मालवीय यांनी देशाच्या कानाकोपऱ्यांतून प्राध्यापक मंडळी त्यांचे गुण पारखून निवडून आणली. स्वातंत्र्यपूर्व काळात खासगी अनुदानांवर, देणग्यांवर चाललेल्या या विद्यापीठाला राष्ट्रीय स्वरूप प्राप्त झाले होते. स्वातंत्र्योत्तर काळात अनुदानाची बरसात सुरू झाली. दिल्लीतून बी.एच.यू.ला केंद्रीय विद्यापीठ म्हणून मान्यता मिळाली आणि त्याच सुमाराला त्याचे राष्ट्रीय स्वरूप ढासळायला सुरुवात झाली. गुणवत्ता असलेल्या व्यक्तींपेक्षा स्थानीय व्यक्तींचा भाव चढत गेला. राजकारणी आणि

स्वत:चे हात धुवून घेणारे या गंगाजळीमागे लागले. वसिष्ठ-विश्वामित्रांची जागा अजीगर्तासारख्यांनी घेतली.

विद्यापीठे विद्यार्थ्यांच्या राजकारणासाठी आज कुप्रसिद्ध झाली आहेत. पण त्यासाठी विद्यार्थ्यांवर दोष टाकून मोकळे होता येत नाही. त्यांचा उपयोग राजकारणी लोक शिक्षकांतले व बाहेरच्या समाजातले करीत आहेत. याचे कारण आपण आपली पूर्वीची परंपरा सोडून दिली.

याच कारणामुळे देशाला उत्कृष्ट दर्जाचे प्रशिक्षित मनुष्यबळ पुरवण्याच्या कामात विद्यापीठे अयशस्वी ठरली आहेत. आय.आय.टी. व इतर विद्यापीठ क्षेत्राबाहेरच्या संस्थाच आज हे काम बजावताना दिसतात. पण अर्थातच त्यांनी लावलेला हातभार अपुरा पडतो.

एकंदरीत, विकसनशील देशांच्या पार्श्वभूमीवर भारतात विज्ञान आणि तंत्रज्ञान यांच्या विकासाचे प्रयत्न उठून दिसत असले, तरी राखेतून तंत्रसाम्राज्य उभे करणाऱ्या जपानसारख्या देशाच्या तुलनेत ते निष्प्रभ दिसतात. हाती घेतलेला कार्यक्रम नेटाने, जिद्दीने यशस्वी करणे याबाबत जपानने, भारतच काय पण यूरोप, अमेरिकेसारख्या विकसितांनाही मागे टाकले आहे.

भारतीय कार्यपद्धतीत ती जिद्द आणण्यासाठी पंतप्रधान राजीव गांधींनी मिशनी कल्पना साकार केली. काही मोजके प्रश्नच नेटाने सोडवायला द्यायचे आणि त्यासाठी नोकरशाहीच्या मुस्कटदाबी करणाऱ्या चाकोरीबद्ध कारभाराच्या बाहेर जाऊन कार्यप्रणाली उभारायची हा त्यामागचा हेतू. तेलबीजांचे उत्पादन, पिण्याचा पाण्याचा सार्वत्रिक पुरवठा, रोगप्रतिबंधक लशींचा सर्वांना फायदा करून देणे अशा काही मिशनरूप समस्या त्यांनी हाती घेतल्या.

एकविसाव्या शतकात देशाची परिस्थिती पाहिली की खालील समस्या प्रथम डोळ्यांपुढे उभ्या राहतात.

अ) वाढती जनसंख्या : लोकांना शिक्षित करून त्यांच्याकडून स्वेच्छेने वाढत्या लोकसंख्येला आळा घालता येईल का?

ब) जीवनमान उंचावण्यासाठी आणि दळणवळण वाढवण्यासाठी ऊर्जेची आवश्यकता अधिकाधिक भासत जाईल, त्यासाठी आपल्या देशाला योग्य अशी साधने कोणती?

क) जंगलांतील वृक्षराजी भुईसपाट करून, तसेच शहरांतून औद्योगिक प्रदूषण वाढवून आपण निसर्गाचा समतोल बिघडवत चाललो आहोत त्याला आळा कसा बसेल?

समस्यांची मालिका मोठी आहे. वरील उदाहरणे महत्त्वाची म्हणून दिली आहेत. विज्ञानयुगात वावरताना दिवसेंदिवस पुढे जाणारे तंत्रज्ञान आत्मसात करणे आवश्यक आहे. जपानच्या मीटी संघटनेसारखी शासन, उद्योग समुदाय आणि तंत्रज्ञ यांना एकत्र जोडणारी संघटना भारतात उभारणे आवश्यक आहे. फोटॉनिक्स, बायोटेक्नॉलॉजी, संगणकयंत्राचा वापर व संशोधन, ॲटोमिक एनर्जी व अंतराळ तंत्रज्ञानाचा उपयोग... असे अनेक पैलू डोळ्यांपूढे ठेवून पावले टाकली पाहिजेत. थोडक्यात म्हणजे विज्ञानाकडे डोळेझाक करून चालणार नाही. त्याचप्रमाणे विज्ञानाच्या सामर्थ्याने आपले डोळे दिपवून घेणेही धोक्याचे ठरेल.

◆ ◆ ◆

७.

वैज्ञानिक वातावरण-निर्मितीची आवश्यकता

वैज्ञानिक दृष्टिकोन म्हणजे काय? हा दृष्टिकोन व्यक्तीविशिष्ट असतो की समाज, संस्कृती यांचाही विशेष असतो? आज तो कितपत अस्तित्वात आहे? त्याच्या प्रसारासाठी काय करता येईल? थोडक्यात वैज्ञानिक वातावरण आपल्या देशात निर्माण करण्याची आत्यंतिक गरज का भासते? या प्रश्नांची उत्तरे देण्याचा मी प्रयत्न करणार आहे.

वैज्ञानिक पद्धत

शालेय विद्यार्थ्यांना विज्ञान शिकवताना सांगितले जाते की वैज्ञानिक परीक्षणाच्या तीन पायऱ्या आहेत : प्रयोग (प्र), निरीक्षण (नि) आणि तथ्य (त). परीक्षणाची ही पद्धत विज्ञानाच्या शेकडो वर्षांच्या वाटचालीतून निर्माण झाली आहे; आणि मी ज्या वैज्ञानिक दृष्टिकोनाबद्दल बोलतो आहे, तोच या साऱ्याच्या मुळाशी आहे. विज्ञानाची सुरुवात माणसाला निसर्गाविषयी वाटणाऱ्या कुतूहलातून झाली. त्याचे मूळ आहे ते प्रश्नांत : 'काय?' 'कसे?' आणि 'का?' हे प्रश्न मानवाने स्वत:लाच विचारले आणि उत्तरे शोधण्याचा प्रयत्न केला. प्रत्येक उत्तराने आणखी अनेक प्रश्नांना जन्म दिला. एका उत्तराने एक प्रश्न सोडवला, त्याच वेळी अनेक नव्या दिशा दिसू लागल्या. अलेक्झांडरने - तो 'ग्रेट' म्हणवला जाण्याआधी - एकदा तक्रार केली होती की, त्याच्या वडिलांनी एवढे विजय मिळवले होते, की त्याला पादाक्रांत करायला जग शिल्लकच राहणार नाही. मला वाटते की निसर्गाची गूढे उकलण्याच्या शास्त्रज्ञांच्या लढाईत ही परिस्थिती कधीच येणार नाही.

विज्ञानात 'प्र-नि-त' प्रक्रिया कशी कार्य करते ते आपण बघू या. आधी सांगितल्याप्रमाणे मुळाशी निसर्गाबद्दलचा कोणतातरी प्रश्न

असतो, जसे भौतिक जगातली कोणतीतरी घटना. उदाहरणार्थ, विजेच्या तारेतून वाहणारा प्रवाह सभोवती चुंबक क्षेत्र निर्माण करतो. यासंबंधीचे विधान घ्या. याची परीक्षा आपण कशी घेऊ? त्यासाठी 'प्रयोग' करावाच लागेल. विद्युतप्रवाह वाहून नेणाऱ्या एका तारेच्या जवळ ठेवलेल्या एका चुंबकसूचीत होणाऱ्या हालचालीचे निरीक्षण करण्याचा प्रयोग करावा लागेल. त्यातल्या प्रयोगाच्या मांडणीत किंवा प्रयोगातील घटकांमध्ये अनेक बदल करता येतील, जसे विद्युत्प्रवाहाची तीव्रता, तारेपासून चुंबकसूचीपर्यंतचे अंतर, वगैरे. यातून वेगवेगळ्या परिस्थितींतील निष्कर्ष अभ्यासता येतील. अशा प्रयोगांचे दुसरे उद्दिष्ट त्यातली व्यक्तिनिष्ठता शक्य तितकी कमी व्हावी व निष्कर्ष शक्य तितके वस्तुनिष्ठ असावेत, हे असते. म्हणजे प्रयोग कोण करतो याला महत्त्व राहत नाही. निष्कर्ष नेहमी तेच येतात.

पुढची निरीक्षणाची पायरी वाटते तेवढी सरळ नाही. प्रयोगाचे निष्कर्ष कधी गुणात्मक असतात, कधी संख्यात्मक. संख्यात्मक निष्कर्षांत वैज्ञानिकाला आकड्यांनी संच मिळतात. उदाहरणार्थ, वर दिलेला प्रयोग आणि इथेच तथाकथित 'संदेश' आणि 'गोंगाट' गुणोत्तराचा विचार करावा लागतो. इथे संदेश म्हणजे आपण शोधत असतो तो आकृतिबंध. त्याला पार्श्वभूमी असते संबंधित नसलेल्या माहितीच्या गुंतागुंतीची, ज्याला 'गोंगाट' म्हणतात. नेमका संदेशाचा आवाज आणि त्याला असणारी गोंगाटाची पार्श्वभूमी यातून 'संदेश' कसा लक्षात येतो? अनुभवी वैज्ञानिकाची नजर बहुधा तो नेमका शोधू शकते. पण कधीकधी गवताच्या गंजीत हरवलेल्या सुईप्रमाणे संदेश हरवून जातो. अशा वेळेला अनुभवी नजर पुरेशी नसते, आणि संख्याशास्त्राच्या पद्धती वापरून माहितीचे पृथक्करण करावे लागते. संख्याशास्त्राचा अवलंब करणे वस्तुनिष्ठतेसाठीसुद्धा उपयुक्त आहे. दुर्दैवाने काही परिस्थितीत संख्याशास्त्राच्या पद्धतीही नेमकी उत्तरे देऊ शकत नाहीत. वैज्ञानिकाला मग परत नव्या आणि अधिक चांगल्या प्रयोगाच्या आखणीचे काम सुरू करावे लागते.

यांतली शेवटची, आणि तितकीच महत्त्वाची पायरी म्हणजे 'तथ्य' शोधण्याची - म्हणजेच प्रयोगांचे निष्कर्ष काढण्याची. अर्थातच, आपण नुकत्याच केलेल्या एखाद्या प्रयोगाचा निष्कर्ष काढण्याने शास्त्रज्ञाला समाधान मिळत नसते, तर त्या प्रयोगाच्या पलीकडे जाणाऱ्या परिस्थितीसाठीसुद्धा भाकिते वर्तवण्यात त्याला रस असतो. यातला हेतू इतकाच की त्यातून नंतर ही भाकिते पडताळून पाहण्यासाठीचे प्रयोग केले जावेत. यातूनच ज्ञानाचा विकास होत राहतो.

उपपत्ती (थिअरी) आणि निरीक्षणे यांच्या परस्परसंबंधांतूनच विज्ञानाची वाढ होत राहते. उपपत्तीचे मार्गदर्शन नसेल, तर प्रयोगकर्त्याला नेमके कोणते निरीक्षण घ्यायचे ते कळणारच नाही. उपपत्तींचा विकास करणारा शास्त्रज्ञ जेव्हा प्रयोग करणाऱ्या शास्त्रज्ञाला आपली भाकिते सांगतो, तेव्हाच प्रयोगकर्त्याला त्यांचा पडताळा घेण्याचे मार्ग ठरवता येतात. उपपत्तींचा विकासही कायम स्वतंत्रपणे होत नसतो. प्रयोगांच्या साहाय्याने त्यांची तपासणी करता येते, असे निष्कर्ष हवेत.

विज्ञानाच्या इतिहासात निष्फळ किंवा शेवटी चुकीच्या ठरलेल्या अनेक उपपत्ती जागोजागी सापडतात. दोघांमध्ये फरक करणे आवश्यक आहे. पहिल्या प्रकारची उपपत्ती पडताळा घेण्यासारखी भाकिते वर्तवत नाही. विज्ञानाच्या विकासाला तिचा कोणताही हातभार लागत नाही. दुसऱ्या प्रकारच्या उपपत्ती काही काळ खऱ्या समजल्या जातात. त्यातून प्रयोगांची आखणी करण्याला चालना मिळते आणि अखेरीस त्यातूनच त्या चुकीच्या ठरतात. पण यातून वैज्ञानिकांच्या ज्ञानात भरच पडते.

वैज्ञानिक दृष्टिकोन फक्त शास्त्रज्ञांची मक्तेदारी असण्याची जरुरी नाही. अखेरीस त्याचा उगम माणसाच्या निसर्गाबद्दलच्या कुतूहलातून झाला आहे, त्यामुळे आपल्यापैकी प्रत्येकालाच हा दृष्टिकोन असायला हवा. खरोखर, ज्याप्रमाणे कठोर परंपरावादावर जेव्हा वैज्ञानिक दृष्टिकोनाने मात केली, तेव्हाच विज्ञानाची प्रगती झाली; त्याचप्रमाणे मानवी समाजातही हा दृष्टिकोन, पूर्वग्रह आणि अंधश्रद्धा यांच्यावरचा उपाय आहे.

निसर्गाच्या कार्याबद्दलच्या अज्ञानातून अंधश्रद्धा गवसतात. विज्ञान निसर्गाची गूढे उकलण्याचे कार्य करते. एक गूढ उकलले की त्यासंबंधीच्या अंधश्रद्धा दूर होतील अशी अपेक्षा असते. पण प्रत्यक्षात असे नेहमीच घडते असे नाही. कारण त्या माणसात वैज्ञानिक दृष्टिकोन नसतो. एक उदाहरण देतो.

प्राचीन मानवी समाजाने ग्रहांना दैवी शक्ती बहाल केली. ग्रह म्हणजे काय आणि ते कसे फिरतात याच्या अज्ञानातून ही कल्पना आली. आता खगोल विज्ञानाने ग्रहांसंबंधीच्या बहुसंख्य प्रश्नांची उत्तरे दिली आहेत. ही कल्पना लयाला जाईल अशी अपेक्षा साहजिकच निर्माण होते. पण असे घडले नाही. अगदी तांत्रिकदृष्ट्या प्रगत समाजातील सुशिक्षित वर्गातही हा विश्वास मूळ धरून आहे. १९७०च्या सुमारास पाश्चात्य देशातल्या काही प्रमुख शास्त्रज्ञांनी एक पत्रक काढून या विश्वासाचा पायाच चुकीचा असल्याचे सांगितले.

'ग्रहताऱ्यांचा माणसाच्या नियतीवर परिणाम होतो का' या प्रश्नाचे उत्तर

शास्त्रज्ञ कसे शोधेल? एका कुंडलीवरून एका माणसाचे भविष्य सांगणे यासाठी पुरेसे नसेल. प्रथम त्याला असे भविष्य वर्तविण्यासाठीचे नेमके नियम लागतील. नियम नि:संदिग्ध असावे लागतील, ज्यामुळे एका कुंडलीच्या आधाराने वेगवेगळे ज्योतिषी एकच भविष्य वर्तवतील. नंतर भाकिते निव्वळ योगायोगाने बरोबर येत नाहीत, अशी खात्री पटावी लागेल. त्यासाठी वेगवेगळ्या परिस्थितीतील अनेक मुद्दे तपासणीसाठी घ्यावे लागतील.

फलज्योतिषाची पडताळणी करण्यासाठी अमेरिकेत असे अनेक प्रयोग करण्यात आले, त्याची दोन उदाहरणे पाहू.

बी.जे. सिल्व्हरमनने लग्न आणि घटस्फोट यांच्या मिशिगनमधील १९६७-६८मधील नोंदीचा अभ्यास केला. त्याने २९७८ विवाह आणि ४७८ घटस्फोट यांचा अभ्यास केला. त्यांच्या कुंडल्या ज्योतिषाकडे देऊन, त्यांना हे विवाह यशस्वी आणि टिकणारे असतील का, याबद्दल मत देण्यास सांगण्यात आले. ज्योतिषांनी (त्यांची पद्धत वापरून) दोन गट बनवले : जुळणाऱ्या पत्रिकांचे, आणि न जुळणाऱ्या पत्रिकांचे. त्यांचे 'भविष्य' वस्तुस्थितीशी पडताळून पाहण्यात आले. संख्याशास्त्राच्या कठोर चाचण्या लावल्यावर असे लक्षात आले की, 'भविष्य-कथन' आणि वस्तुस्थिती यांत परस्परसंबंध नाही.

फ्रेंच आणि त्याच्या सहकाऱ्यांनी घेतलेल्या दुसऱ्या चाचणीचे निष्कर्ष असेच होते, पण त्यातून फलज्योतिषाकडे आकर्षित होणाऱ्या व्यक्तींच्या मानसिकतेवरही प्रकाश पडतो. यालाच कधीकधी 'बार्नम परिणाम' म्हणतात. अमेरिकेतल्या 'बार्नम आणि बेली सर्कस'च्या प्रसिद्ध 'बार्नम'वरून हे नाव पडले. सर्कशीचा मालक असलेल्या बार्नमला एकदा त्याची सर्कस एवढी लोकप्रिय असण्याचे कारण विचारले. त्याने सांगितले की याच्या सर्कशीत विविध प्रकारचे खेळ होते. त्यातल्या प्रत्येकाला कोणता ना कोणता खेळ आवडत असे, आणि त्यामुळे प्रत्येक जण शेवटपर्यंत बसून राही. ज्योतिषी अशाच प्रकारे त्यांचे भविष्य संदिग्ध भाषेत अशा प्रकारे मांडतात, की त्यातील कोणतातरी भाग प्रत्येकाला पटतोच.

वरील प्रयोगात ५२ व्यक्तींच्या कुंडली प्रसिद्ध ज्योतिषांना देऊन त्यांच्या व्यक्तिमत्त्वाचे विश्लेषण करावयास सांगितले. प्रत्येक व्यक्तीला नंतर तीन विश्लेषणे देण्यात आली. एक त्याच्या कुंडलीच्या आधाराचे, दुसरे दुसऱ्या एखाद्या व्यक्तीचे आणि तिसरे बार्नम पद्धतीचे. बार्नम विश्लेषण मोघम लिहिलेले असून ते सर्वांसाठी समान होते. प्रत्येकाने या तीनही वर्णनांपैकी कोणते किती पटते ते ५ पैकी गुण देऊन सांगण्यास सांगितले.

त्यापैकी बार्नम पद्धत बहुतेकांना पटली. त्याचे सरासरी गुण होते ३.६९. अन्य दोन विश्लेषणांना सरासरीने जवळजवळ सारखे गुण मिळाले. ३.०८ आणि ३.०६. याचा अर्थ सारे जण बार्नम परिणामाने वाहवून गेले. आणि 'खऱ्या' आणि 'चुकीच्या' विश्लेषणात फरक जवळजवळ नव्हताच.

फलज्योतिषाची शास्त्रीय पद्धतीने पडताळणी करण्यासाठीच्या प्रयोगाची अशी अनेक उदाहरणे मी देऊ शकेन. नेहमीच फलज्योतिष फोल ठरले आहे. पण तरीही दु:खाची गोष्ट ही की आपण अशा देशात राहतो आहोत, जिथे समाजाला आधुनिक युगात घेऊन लोकच या अंधश्रद्धेच्या पगड्यातून बाहेर पडलेले नाहीत. सूर्यग्रहणाच्या वेळी अगदी आधुनिक शहरात शुकशुकाट असतो, तिथे काय बोलायचे? आमचे शास्त्रज्ञसुद्धा निर्णय घेताना बुवा-महाराजांचा सल्ला घेतात, तिथे काय बोलायचे?

व्यक्ती म्हणून किंवा समाजाचा घटक म्हणून माणूस नेहमीच परंपरा पाळत आला आहे. या परंपरा त्यांच्या सांस्कृतिक आणि धार्मिक वारशाचा भाग आहेत. जेव्हा या परंपरेच्या विश्वासांना वैज्ञानिक दृष्टिकोनाची चाचणी लावली जाते, तेव्हा अनिवार्यपणे संघर्ष उभा राहतो.

काही संघर्षाचे मूळ यात असते की परंपरा किंवा रूढीमागे पूर्वी काही तार्किक विचार होता, जो आज शिल्लक नाही. काही रूढींना शतकांपूर्वीच्या समाजरचनेत प्रतीकात्मक अर्थ होता, आज बदललेल्या काळात त्या निरर्थक ठरल्या आहेत. प्रश्न असा पडतो की अशा संघर्षाच्या वेळी आपण काय करावे?

परत इथे वैज्ञानिक वातावरण उपयोगी पडते. स्वत:लाच विचारा की या रूढीचे प्रयोजन का? तुमच्या आधीच्या पिढ्यांनी हे केले, म्हणून तुम्ही करता आहात, आणि त्याच्या आधीच्या पिढ्यांनी केले म्हणून तुमच्या पूर्वजांनी ते केले, असे तर नाही ना?

विद्यार्थ्यांच्या परीक्षा जवळ आल्या, की देवळासमोरच्या रांगा वाढू लागतात. तुमचा नंबर लागेपर्यंत या रांगांमध्ये तासन् तास उभे राहण्यात काय फायदा आहे? हा वेळ अभ्यासासाठी अधिक उपयोगी लावता येणार नाही काय? की तुमची अशी कल्पना आहे की तुम्ही अर्पण केलेल्या छोट्याशा भेटीने परमेश्वर संतुष्ट होईल आणि तुम्ही उत्तीर्ण होण्यासाठी प्रयत्न केले नसतानाही तुम्हाला उत्तीर्ण करेल? तसे असेल तर परमेश्वर आणि लाच घेऊन हेच काम करणारा एखादा भ्रष्ट परीक्षक यात फरक काय राहिला?

गणपतीच्या मूर्ती दूध प्यायल्या, तो दिवस आपल्या अजून स्मरणात आहे. किती झपाट्याने ही बातमी साऱ्या देशभर - किंबहुना जगभर पसरली होती! आणि गणपतीने (आणि अन्य देवांच्या मूर्तींनी) हजारो भक्तांसमोर कसे दुग्धप्राशन केले या दैवी चमत्काराला आपल्या अनेक नेत्यांनी शिफारसपत्र दिले. सुदैवाने वैज्ञानिक जगतानेदेखील प्रतिक्रिया व्यक्त केली आणि विज्ञानाच्या नियमांच्या आधारे स्पष्टीकरण दिले. खरा चमत्कार वेगळाच झाला. तो पुढे सांगतो आहे.

आजही चमत्कार आणि बुवाबाजी यांची देशात चलती आहे. युरी गेलर प्रकरण डोळे उघडणारे आहे. दुरून मानसिक शक्तीने आपण चमचे वाकवू शकतो असा त्याचा दावा होता. चमचे वाकवण्याच्या त्याच्या प्रयोगाने काही काळ शास्त्रज्ञही फसले. अखेर रँडी नावाच्या एका व्यावसायिक जादूगाराने हा चमत्कार म्हणजे निवळ हातचलाखी कशी आहे, हे दाखवले. अंधश्रद्धा निर्मूलन करणाऱ्या संघटनांचे असे कार्यक्रम मी पाहिले आहेत.

मला वाटते अशा कार्यक्रमांचे लक्ष्य प्रामुख्याने लहान मुले असावीत. मोठ्यांचे पूर्वग्रह आता ठाम आहेत. ते बदलणे सोपे नाही. मुलांची मने मोकळी असतात. तिथे आपल्याला संधी आहे. त्यांना वैज्ञानिक वातावरणाचा अर्थ लवकर समजू शकेल. त्यांना खरे आणि भ्रामक यातला फरक तर कळला पाहिजेच, पण तो त्यांनी प्रत्यक्ष प्रयोग करून त्यानी समजून घ्यावा.

याला आता फारच महत्त्व निर्माण झाले आहे, कारण - ऑल्विन टॉफलरच्या शब्दात - भविष्यकाळाचा धक्का. गेल्या शतकात विज्ञान-तंत्रज्ञानाने झपाट्याने गोष्टी दिल्या - विशेषत: शेवटच्या काही दशकांत. ज्याचे परिणाम जगभरातल्या मानवी समाजावर झाले. या साऱ्या बदलांशी कसे जुळवून घ्यायचे? समाजाला अधिक फुरसत असती, तर त्यांनी कदाचित हे प्रश्न हाताळले असते, पण दुर्दैवाने तसे घडले नाही. झपाट्याने बदलणाऱ्या परिस्थितीत प्रतिक्रियाही ताबडतोब हवी. 'परंपरे'ला धरून ठेवतांना 'नव्या'शी कसे जुळवून घ्यायचे?

'परंपरे'मध्ये पारंपरिक मूल्ये येतात, व्यक्तीच्या जबाबदाऱ्या येतात. समाजाने व्यक्तीला चांगल्या जीवनाचे दिलेले आश्वासन येते. आपल्या परिसराचे संरक्षण येते. या आधाराने माणूस विज्ञानाच्या देणगीचे मूल्यमापन करू शकेल.

विज्ञान-तंत्रज्ञानाच्या अनिर्बंध वाढीचे दुष्परिणाम पाश्चात्य देश अनुभवत आहेत. घातक अण्वस्त्रांचे साठे, कारखानदारीचे प्रदूषण, लादलेले रिकामपण, त्यातून येणारे मानसिक तणाव वगैरे गोष्टी दिसतात. म्हणून आपण वैज्ञानिक आणि तांत्रिक प्रगती थांबवायची काय?

प्रगत देशात हा विचारही मांडला जातो आहे. हे भयभीत झाल्याचे लक्षण आहे. पारंपरिक मूल्यांचा आदर्श स्वीकारला, तर वरील धोक्यांना टाळणारा मार्ग मिळू शकेल.

खरोखर, प्रथमदर्शनी आपल्या समोरच्या समस्या अत्यंत कठीण वाटतात. पण गेल्या काही दशकांतली विज्ञानाची लक्षणीय प्रगती पाहा. योग्य मार्गाने असलेला वैज्ञानिक दृष्टिकोन हीच आपल्याला आशा आहे.

परत एकदा मी गणपतीच्या आधीच्या उदाहरणाकडे येतो. त्यात एक चमत्कार होता. कोणता चमत्कार? 'गणपती दूध पितो' या बातमीचा झपाट्याने सर्वदूर प्रसार, हा तो चमत्कार. यासाठी संदेशवहनाची साधने नव्या तंत्रज्ञानाने पुरवली होती. दूरध्वनी, इ-मेल, फॅक्स, रेडिओ, दूरदर्शन यांनी जग लहान केले आहे आणि पूर्वी कधीही नव्हते इतके लोक जवळ आले आहेत. विज्ञानाने आणखीही चमत्कार केले आहेत, जे खरे आहेत, त्यात हातचलाखी नाही. अंतराळ-प्रवास, माणसाचे चंद्रावर पदार्पण, मंगळावर उतरलेले यान, 'रिमोट सेन्सिंग'चे आपल्या देशाला असलेले फायदे, वैद्यक, जीवशास्त्र, शेती यातील प्रगती... हे सारे आपल्या डोळ्यांसमोर घडणारे चमत्कार नाहीत काय? एका पिढीच्या कालावधीत ते घडले आहेत. एखाद्या बुवामहाराजांच्या चमत्कारासारखे ते नाहीत. विज्ञानाचे चमत्कार एका व्यक्तीचे नव्हे, तर साऱ्या मानवजातीचे भले करतात. गरीबांना आणि श्रीमंतांना त्याचा फायदा घेता येतो. वीज केवळ श्रीमंतांची यंत्रे चालवीत नाही, दूरच्या खेड्यातल्या झोपडीतला दिवाही पेटवते.

◆ ◆ ◆

८.

विद्वान सर्वत्र 'पूज्य'ते?

रघुवंशातल्या पाचव्या सर्गात वर्णिलेला हा प्रसंग. विश्वजित यज्ञात आपली सर्व संपत्ती दान करून टाकलेल्या रघुराजाकडे कौत्स नावाचा एक गरीब स्नातक आला. रघुने त्याचे योग्य स्वागत केले. सोन्याची भांडी दान देऊन टाकली असल्याने मातीच्या भांड्यात पाणी घेऊन त्याचे पाय धुतले आणि येण्याचे कारण विचारले. रघुची दैन्यावस्था पाहून कौत्सालाच प्रश्न पडला, पण रघुच्या आग्रहावरून त्याने आपली गोष्ट सांगितली. शिक्षण संपल्यावर आपल्या गुरूला - वरतंतुला गुरुदक्षिणा दिली पाहिजे. परंतु कौत्स मुळातच गरीब असल्याने गुरुदक्षिणा नको, असे वरतंतुने सांगितले. पण कौत्साने ती देण्याचा हट्टच धरल्यामुळे चिडून त्याने आपण शिकवलेल्या १४ विद्यांसाठी दर विद्येमागे एक कोटी सुवर्णमुद्रा मागितल्या! अर्थात रघुसारख्या दानशूर राजाकडे येण्याव्यतिरिक्त कौत्सापुढे दुसरा पर्याय नव्हता.

रघुकडे धन उरले नसल्याने 'मी दुसरीकडे याचना करायला जातो' असे कौत्स म्हणत असता, रघुने त्याला थांबवून घेतले. पृथ्वी जिंकली असल्याने बाहेरून - कुबेराबरोबर स्वारी करून पैसे आणायचे त्याने ठरवले. पण कुबेराने घाबरून, रघु आक्रमणाला निघण्यापूर्वीच धनवृष्टी केली. रघुने ते सर्व धन कौत्साला घेऊन जाण्यास सांगितले, पण कौत्साला फक्त गुरुदक्षिणेपुरतेच धन न्यावयाचे होते...

प्राचीन भारतात राज्यकर्ते आणि अभ्यासक, विद्वान यांच्यात कशा तऱ्हेचे संबंध होते, याची वरील प्रसंगावरून जाणीव होते. त्या वेळची परिस्थिती आणि आजची परिस्थिती याची तुलना करून पाहू या :

आज काय घडेल?

समजा, आधुनिक कौत्साला शिक्षणाकरता शिष्यवृत्ती हवी आहे. तोसुद्धा पूर्वीप्रमाणे राज्यकर्त्यांकडे याचना करील. परंतु त्याचा

अर्ज राष्ट्रपती, पंतप्रधान, शिक्षणमंत्री किंवा त्याच्या राज्यातल्या मंत्र्यांकडे न जाता एखाद्या लहानसहान नोकरशाहाच्या फाइलमध्ये गडप होईल. जर कौत्स नशीबवान असेल, त्याला वशिले लावता येत असतील, तर त्याला त्याच्या अर्जाचे उत्तर मिळेल. शिक्षणाचे संवर्धन-संगोपन करायला भारत सरकारने ज्या अनेक संस्था उभारल्या आहेत, अशा एखाद्या संस्थेच्या स्कॉलरशिप/फेलोशिपसाठी ठरावीक 'प्रोफॉर्मा'नुसार अर्ज करायचा त्याला आदेश दिला जाईल. अत्यंत थोड्या वेळात अर्जाच्या अनेक प्रती (आणि इतर त्याला आधार देणाऱ्या कागदपत्रांच्या प्रती जोडून) पाठवण्याचे कठीण काम केल्यावर आणि इंटरव्ह्यू वगैरेंची भिंत ओलांडल्यावर तो सत्पात्र (आणि नशीबवान) असला, तर त्याला ही आर्थिक मदत मिळेल. अर्थात त्यासाठी त्याला एखादा मोठा बॉण्ड लिहून द्यायला लागेल तो वेगळा!

ही झाली कौत्साची हकीगत, आधुनिक वरतंतु काही फार समाधानकारक जीवन जगत असेल असे नाही. जर राज्यकर्त्यांच्या नजरेत त्याची विद्वत्ता भरली, तर ते त्याला एखाद्या कमिटीवर नेमतील. या कमिटीचा रिपोर्ट जर त्या राज्यकर्त्यांच्या त्या वेळच्या विचारसरणीशी जुळत असेल, तर त्याचा रबर स्टॅम्प म्हणून वापर करण्यात येईल. जर ती जुळत नसेल, तर तो गिळून टाकण्यास किती तरी लाल फीतवाल्या फायली 'आ' वासून आहेतच! किंवा त्याच्या विद्वत्तेची कदर म्हणून बिचाऱ्या वरतंतुला दिल्लीत एखाद्या सचिवाची जागा, नाहीतर एखाद्या राष्ट्रीय संस्थेत संचालकाची जागा (आणि तो अगदीच दुर्दैवी असला तर) उत्तर भारतातल्या एखाद्या विश्वविद्यालयाच्या कुलगुरूची जागा देण्यात येईल.

'स्वदेशे पूज्यते राजा विद्वान सर्वत्र पूज्यते' : प्राचीन भारतात जन्मलेल्या उत्तम म्हणी आणि त्यांच्याशी विसंगत आजचे वातावरण याचे हे एक उदाहरण आहे. आजच्या समाजात राज्यकर्ते, म्हणजे मंत्री, आमदार, खासदार, प्रशासकीय अधिकारी यांना जो मान आहे तो विद्वानांना आहे का? मला वाटते की, या सक्तीच्या उत्तरार्धात शब्द तोडून 'विद्वान सर्वत्र 'पूज्य' ते' असा 'पूज्य = शून्य' हा मराठी अर्थ लावणे अधिक योग्य ठरेल.

काही वर्षांपूर्वी अमेरिकेच्या नॅशनल सायन्स फाउंडेशनतर्फे घेण्यात आलेल्या पाहणीत, सामान्य माणसाला त्याच्या मते समाजातले कोणते घटक अधिक महत्त्वाचे वाटतात, याचे क्रम लावायला सांगण्यात आले. त्या वेळी पहिला क्रमांक लागला डॉक्टरांचा आणि त्यापाठोपाठ शास्त्रज्ञांचा. इतर घटक या

दोघांच्या पुष्कळ मागे होते. मी १९६०मध्ये इंग्लंडमध्ये विद्यार्थी असताना माझ्या एका इंग्लिश विद्यार्थीमित्राला असाच प्रश्न विचारला असता त्याने ब्रिटिश समाजात विद्यापीठातील प्राध्यापकांचा क्रमांक बराच वर लागेल, असे सांगितले. माझ्या इंग्लंडमधील पुढील वास्तव्यात हे विधान खरे असल्याचा अनेक वेळा अनुभव आला.

आज जर भारतातील शालान्त परीक्षेत फार वरचा क्रमांक मिळविलेल्या विद्यार्थ्याला विचारले, की तू पुढे कोण होणार? तर त्याचे उत्तर असेल डॉक्टर, बिझनेस मॅनेजर, चार्टर्ड अकाउंटंट, इंजिनियर, आयएएस. किंवा तत्सम सरकारी नोकर, इत्यादी इत्यादी. शिक्षणक्षेत्राकडे जाण्याची प्रवृत्ती अभावानेच दिसून येईल. याचे एक कारण असे सांगण्यात येते की, शिक्षणक्षेत्रात पगार कमी आणि काम जास्त, म्हणून कोणी तिकडे स्वेच्छेने जात नाही. हा जरी वस्तुस्थितीचा एक भाग असला, तरी ते 'पूर्ण सत्य' म्हणता येणार नाही. परदेशात, इंग्लंड-अमेरिकेतसुद्धा शिक्षणक्षेत्रापेक्षा इतर व्यवसायांत कमाई जास्त असते. असे असूनसुद्धा ज्यांचा शिक्षणाकडे, संशोधनाकडे कल आहे, असे हुशार विद्यार्थी शाळा-कॉलेजकडचे शिक्षक, संशोधक म्हणून पाऊल टाकतात, असे का? कारण शिक्षणक्षेत्रात मान, काम योग्यपणे केल्याचे समाधान, पेशातले पावित्र्य इत्यादी गुण परदेशांत अजून शाबूत आहेत आणि जोपासले जात आहेत. दुर्दैवाने भारतात ती परिस्थिती नाही.

माझ्या स्वत:चा अनुभव सांगतो. बनारस विद्यापीठात बी.एस्सी. झाल्यावर मी केंब्रिजला जाण्याची तयारी करत असताना एका वयोवृद्ध गृहस्थांनी, ज्यांनी स्वत: केंब्रिजमध्ये गणितात विक्रम केला होता आणि नंतर शिक्षणक्षेत्रात नाव कमावले होते, मला आय.ए.एस.कडे जाण्याचा सल्ला दिला. ही झाली १९५७मधली गोष्ट. पंधरा वर्षांनी मी भारतात परत येत असताना येथील एका विद्यापीठाच्या नाणावलेल्या प्राध्यापकांनी मला सल्ला दिला, ''भारतात आलास तर कुठल्या तरी संस्थेचा 'संचालक' म्हणून ये; प्राध्यापक म्हणून नको.''

सांगण्याचे तात्पर्य इतकेच की, आपल्या समाजात एक असे मत प्रचलित दिसते की, अधिकाराची जागा हीच मानाची जागा. हे मत शिक्षणक्षेत्राबाहेर आहे तसेच शिक्षणक्षेत्रातही आहे. दुसऱ्यांवर अधिकार गाजवून स्वत:चे मोठेपण दाखवावे ही कला आपण ब्रिटिशांकडून शिकलो. असे अनेकदा सांगण्यात येते. तसे असेल, तर या कलेची गेल्या तीस वर्षांत जोपासना आणि वाढ करून आपण ब्रिटिशांना 'शिष्यादिच्छेत् पराजयम्' असे म्हणायला लावले आहे.

इंग्लंडमध्ये शाळेतील शिक्षकाला समाजात जी प्रतिष्ठा आहे ती भारतात विद्यापीठाच्या कुलगुरूलाही नसावी ही खेदाची गोष्ट नव्हे काय? याची कारणमीमांसा केल्यास आपला समाज जितका दोषी ठरतो तितकेच शिक्षणक्षेत्रही या परिस्थितीस जबाबदार ठरते. शिक्षणक्षेत्रातले सर्वसाधारण घटक - विद्यार्थी आणि अध्यापक - हे जबाबदारीने आपले कार्य पार पाडतात, हे जरी गृहीत धरले, तरी काही थोड्या व्यक्तींच्या कारवायांमुळे शिक्षणक्षेत्राची प्रतिमा डागळली जात आहे, यात शंका नाही.

उदाहरणार्थ, राजकारण खेळून विद्यापीठ बंद करायला लावणारे तथाकथित विद्यार्थी सर्वांना माहीत झालेत. पण काही प्राध्यापकांचे नमुने जे माझ्या प्रत्यक्ष पाहण्यात आले आहेत ते असे :

प्राध्यापक 'अ' - हे वेगवेगळ्या समित्यांवर काम करण्याच्या निमित्ताने 'भारत दर्शन' करत फिरतात. गर्दीने भरलेल्या आगगाड्या, इंडियन एअरलाइन्सची अनियमित वेळापत्रके, प्रवासात होणारी जेवणाखाणाची वाताहत यांना न जुमानता काश्मीर ते कन्याकुमारी आणि सौराष्ट्रापासून आसामपर्यंत भटकण्यात त्यांचा वेळ जातो आणि त्यामुळे त्यांच्या विद्यार्थ्यांची कुचंबणा होते.

प्राध्यापक 'ब' - हे संशोधन प्रबंध आणि पीएच.डी.चे विद्यार्थी फॅक्टरीत तयार केल्याप्रमाणे मोठ्या संख्येने काढू शकतात. आपले विद्यार्थी अठरा महिन्यांत पीएच.डी. मिळवू शकतात, असा त्यांचा दावा असतो. टाटा इन्स्टिट्यूट ऑफ फंडामेन्टल रीसर्च किंवा एखाद्या अमेरिकन विद्यापीठात पीएच.डी.ला पाच वर्षे का लागावी, हा त्यांना प्रश्न पडतो. आपले विद्यार्थी लेक्चरर, रीडर म्हणून ठिकठिकाणी 'चिकटवून' आपला अधिकारकक्ष वाढवण्याकडे त्यांचा कल असतो.

प्राध्यापक 'क' - हे कॉन्फरन्स, सेमिनार, प्रदर्शन इत्यादी भरवून तिथे मंत्री किंवा तत्सम प्रभावशाली व्यक्तींना उद्घाटनादि निमित्ताने बोलवून त्यांना 'आपणही आहोत' याची जाणीव करून देतात. त्यातून त्यांचा उपक्रम एखाद्या सरकारी कार्यालयाला (उदा. फॅमिली प्लॅनिंग, खेड्यांत कामे कर इत्यादी!) पोषक असला, तर सोन्याहून पिवळे. पुढे अशा उपक्रमांचा उपयोग प्राध्यापकापासून कुलगुरूपद गाठण्यासाठी होतो.

प्राध्यापक 'ड' - यांना अधिकारांपेक्षा पैशाचे महत्त्व जास्त हे पटलेले असते. त्यामुळे मोक्याच्या परीक्षांत परीक्षक म्हणून काम करण्याकडे त्यांचा

प्रयत्न असतो. गुणांची अफरातफर करून स्कॉलरला अनुत्तीर्ण आणि अनुत्तीर्णांना उत्तीर्ण करण्याच्या त्यांच्या पराक्रमामुळे मुक्याला वाचाळ करणारा परमानंद माधव विष्णूसुद्धा अवाक् होईल.

दुर्दैवाची बाब

अशा तऱ्हेची उदाहरणे समोर असताना, विद्यार्थ्यांनीसुद्धा 'आचार्य देवो भव:' या युक्तीवर अविश्वास दर्शवला तर काय आश्चर्य? भ्रष्टाचार, राजकारण, अधिकारासाठी लठ्ठालठ्ठी इत्यादी प्रकार शिक्षणक्षेत्रात घडत असलेले पाहून समाजाने तरी काय म्हणून 'विद्वान सर्वत्र पूज्यते' हे सार्थ करावे? अशा 'विद्वान' व्यक्तीची वेगळ्या अर्थाने 'पूजा' होणे आवश्यक आहे! दुर्दैवाची गोष्ट ही की, काही थोड्या 'कंटकांमुळे' सबंध शिक्षणक्षेत्र अपमानाला पात्र होत आहे आणि शिक्षकांच्या अनेक रास्त मागण्यांकडे दुर्लक्ष होत आहे.

समाज विद्वत्तेपेक्षा अधिकाराला मान देतो म्हणून शिक्षणक्षेत्रातले काही विद्वान 'येन केन प्रकारेण' अधिकाराच्या जागा मिळवण्याच्या खटपटीत असताना दिसतात. आणि अशा विद्वानांच्या लीला पाहिल्यामुळे समाजाचा शिक्षणक्षेत्राबद्दलचा आदर ढासळत आहे. असे हे गुंतागुंतीचे प्रकरण निर्माण झाले आहे. यातून मार्ग काढण्यासाठी 'विद्वत्तेचे चीज होते' हे तत्त्व प्रथम प्रस्थापित झाले पाहिजे. त्यासाठी शिक्षणक्षेत्रात 'खरोखर' उत्तम कामगिरी बजावलेल्या संस्थांना अधिक सरकारी अनुदान, स्वायत्तता इत्यादी मार्गांनी पुरस्कृत केले पाहिजे. 'खरोखर उत्तम' या सदरात अठरा महिन्यांतले पीएच.डी. किंवा भरपूर ग्रेस गुण देऊन प्रथम श्रेणीत आलेले विद्यार्थी बसत नाहीत, हे येथे स्पष्टपणे नमूद करणे आवश्यक आहे. ज्या संस्थात असे (माझ्या मते) गैरव्यवहार चालतात, त्यांचे अनुदान काढून घ्यावे आणि प्रसंग आल्यास त्या बंदही कराव्यात.

ज्या संस्था खरोखर लायक आहेत, त्यांचे संचालन ज्यांनी आपली विद्वत्ता खऱ्या अर्थाने प्रस्थापित केली आहे अशा विद्वानांकडे सोपवावे. त्याचप्रमाणे अशा संस्थांत प्रशासकांना प्राध्यापकांपेक्षा दुय्यम लेखले जावे : त्यांनी अध्यापकांना मदत करावी, त्यांच्यावर अधिकार गाजवू नयेत. अध्यापकांवरचा शिकवण्याचा बोजा कमी करून त्यांना नवीन वाचन करण्यासाठी आणि जमल्यास संशोधनासाठी वेळ द्यावा.

अर्थात या सूचना अमलात आणणं अवघड आहे याची मला जाणीव आहे. जोपर्यंत शिक्षणक्षेत्रात सत्तेचे राजकारण खेळले जात आहे, तोपर्यंत वर सांगितलेले उपाय अंमलात आणायला ज्या धैर्याची आवश्यकता आहे ते सध्याच्या कुठल्याही

पक्षाच्या नेत्यांमध्ये नाही. परंतु, या सूचना अशक्य कोटीतील नाहीत, हे मी स्वानुभवाने सांगतो. मुंबईत टाटा इन्स्टिट्यूट ऑफ फंडामेंटल रीसर्चमध्ये जे अभ्यासाचे, संशोधनाचे वातावरण आहे त्याच्या मुळाशी याच सूचना आहेत. तेथील प्रशासकीय अधिकारी पार्श्वभूमीत राहून कारभार चालवतात - अधिकार गाजवत नाहीत. परंतु अशा संस्था भारतातील शिक्षणक्षेत्रातल्या वाढत्या वाळवंटात मरुजल भूमीप्रमाणे बोटांवर मोजण्याइतक्याच असतील.

केंब्रिज विद्यापीठात कुलगुरूची जागा तिथल्या कॉलेजमधल्या प्राचार्यांना दर दोन वर्षांनी क्रमाक्रमाने दिली जाते. जनरल बोर्ड आणि कौन्सिल ऑफ सिनेट या दोन समित्या विद्यापीठाचा कारभार चालवतात. परंतु, बाहेरच्या जगाला माहीत असतात तिथले अध्यापक आणि संशोधक. एखादा प्राचार्य केंब्रिजचा कुलगुरू निवडून आल्यामुळे त्याचा सत्कार झाल्याचे माझ्या तरी ऐकिवात नाही. परंतु एखाद्या संशोधकाने लावलेल्या शोधाचे कौतुकाने केलेले उल्लेख वर्तमानपत्रे, रेडिओ आणि टी.व्ही.वर असतात. केंब्रिजमधल्या परीक्षांत विद्यार्थ्यांचे नाव, कॉलेज इत्यादींचा उत्तरपत्रिकेवर स्पष्ट निर्देश असतो. पण त्यामुळे भ्रष्टाचाराची एकही केस अस्तित्वात नाही. विद्यापीठाच्या कारभारात राजकारणी व्यक्तींनी ढवळाढवळ केल्याचीही उदाहरणे नाहीत.

केंब्रिजचे उदाहरण आणखी एका संदर्भात द्यावेसे वाटते. पूर्वी गणिताच्या परीक्षेत नंबर लावले जायचे आणि पहिल्या येणाऱ्यास 'सीनियर रँग्लर' हे पद बहाल केले जाई. (कै.आप्पासाहेब परांजपे हे भारताचे पहिले सीनियर रँग्लर होते). सीनियर रँग्लरला मोठा मान असे आणि म्हणून ते पद मिळवण्यासाठी विद्यार्थ्यांत चुरस लागे. परीक्षेत 'उत्तरे' कशी लिहावीत यासाठी कोचिंग क्लासेस असत, पण केवळ उत्तर कसे लिहायचे हे समजले की विषय समजला असे नव्हे! त्यामुळे कोचिंग क्लासमध्ये तयार होऊन सीनियर रँग्लर झाल्यावर अनेक वेळा पुढे त्या विद्यार्थ्यांकडून काही महत्त्वाची संशोधनाची कामगिरी घडत नसे. याची जाणीव होऊन १९०९ नंतर नंबर लावण्याची पद्धत बंद करण्यात आली! सीनियर रँग्लर अर्थातच त्यापुढे झाले नाहीत आणि कोचिंग क्लासेसही आपोआप गेले. आज आपल्या शिक्षणक्षेत्रात कोचिंग क्लासेसना बरेच महत्त्व मिळाले आहे. शाळा-कॉलेजांत शिक्षणाकडे लक्ष पुरवले जात नाही म्हणून हे क्लासेस विद्यार्थ्यांच्या उपयोगी पडतात. परंतु उत्तर कसे लिहायचे हे समजल्यामुळे आणि परीक्षेत उत्तम

गुण मिळाल्यामुळे आपल्याला विषय समजला, अशी गोड गैरसमजूत विद्यार्थ्यांनी करून घेऊ नये! उलट ज्यांना विषयाची खरोखरीच आवड आहे अशा हुशार विद्यार्थ्यांनी कोचिंग क्लासला जाऊ नये, असे माझे प्रांजल मत आहे.

> आज आपल्या शिक्षणक्षेत्रात कोचिंग क्लासना बरेच महत्त्व मिळाले आहे. शाळा, कॉलेजांत शिक्षणाकडे लक्ष पुरवले जात नाही म्हणून हे क्लासेस विद्यार्थ्यांच्या उपयोगी पडतात. परंतु उत्तर कसे लिहायचे हे समजल्यामुळे आणि परीक्षेत उत्तम गुण मिळाल्यामुळे आपल्याला विषय समजला, अशी गोड गैरसमजूत विद्यार्थ्यांनी करून घेऊ नये! उलट ज्यांना विषयाची खरोखरीच आवड आहे अशा हुशार विद्यार्थ्यांनी कोचिंग क्लासला जाऊ नये, असे माझे प्रांजल मत आहे.

एखाद्या प्रथितयश शास्त्रज्ञाने संशोधकाने किंवा अध्यापकाने एखादे अधिकाराचे पद स्वीकारावे का? हा प्रश्न बरेच वेळा विचारण्यात येतो. अर्थात कोणी कुठले पद केव्हा स्वीकारावे हा ज्याचात्याचा वैयक्तिक प्रश्न आहे. आपल्या क्षेत्रात उत्तम कामगिरी बजावलेला विद्वान हा उत्तम प्रशासक होईलच असे नाही! अनेक उदाहरणे अशीही आहेत, जिथे केवळ शासकीय श्रेणीतून वर आलेल्या प्रशासकापेक्षा शिक्षणक्षेत्रातून आलेला प्रशासक अधिक कार्यक्षम ठरला. तेव्हा वरील प्रश्नाला दोन्ही बाजूंनी उत्तर देता येईल. मला इतकेच म्हणायचे आहे की, विद्वानांनी आपणहून अशा अधिकारपदांमागे लागू नये किंवा आपले महत्त्व दाखवण्याकरिता अधिकारी व्यक्तींपुढे लाचारी पत्करू नये. त्यांचे पूर्वज - पूर्वीचे ऋषीमुनी - हे स्वतःला राजगुरू किंवा राजपुरोहिताचे पद मिळावे म्हणून राज्यकर्त्यांची मनधरणी करत नसत. ते आपल्या आश्रमात तपश्चर्येत किंवा विद्यादानात वेळ घालवत. राजाने मदतीकरता बोलावले, तरच ते राजधानीत जात किंवा आपल्या विद्यादानात अडथळे निर्माण झाले, तर राजाची मदत घेण्यासाठी राजाकडे जात. पण कुठल्याही परिस्थितीत राजाच त्यांच्यापुढे मान वाकवी.

सध्या उलटे घडत आहे!

(या लेखातील विचार वैयक्तिक स्वरूपाचे असून त्यांच्याशी माझे सहकारी सहमत असतीलच असे नाही.)

◆ ◆ ◆

९.

मराठी भाषेतून विज्ञान

विज्ञानाचे शिक्षण मराठी भाषेतून होणे उचित आहे का? विज्ञानप्रसाराचे काम मराठीतून करता येईल का? उच्च शिक्षणासाठी, संशोधनासाठी वैज्ञानिकांनी मराठीचा वापर करावा का? इंग्रजी पारिभाषिक शब्दांचे मराठीकरण करावे का? अशा अनेक प्रश्नांवर वेळोवेळी चर्चा होत असते.

अशा विवाद्य प्रश्नांवर चर्चा करताना दोन गोष्टी लक्षात घेणे आवश्यक असते. एक म्हणजे मत मांडणाऱ्यांची पार्श्वभूमी, त्यांचा अनुभव आणि त्यांचा त्या क्षेत्रातील अधिकाराच्या मर्यादा लक्षात घेतल्या पाहिजेत. दुसरी महत्त्वाची गोष्ट म्हणजे वरील प्रश्नांची उत्तरे शोधताना संदर्भ ध्यानात घेतला पाहिजे. या प्रश्नांची उत्तरे केवळ 'होय' किंवा 'नाही' या स्वरूपाची नसून संदर्भावर अवलंबून आहेत. तेव्हा माझे विचार व्यक्त करण्यापूर्वी मी प्रथम माझ्या स्वत:च्या मर्यादा स्पष्ट करतो आणि मग मी कोणत्या संदर्भात या प्रश्नांची चर्चा करणार आहे ते सांगतो.

माझ्या आयुष्यातील पहिली १९ वर्षे बनारसमध्ये आणि त्यानंतरची १५ वर्षे केंब्रिजमध्ये गेली. माझे शालेय शिक्षण, मॅट्रिकपर्यंत, हिंदी माध्यमातून झाले; तर बी.एस्सी.पर्यंतचे कॉलेजचे शिक्षण इंग्रजी माध्यमातून झाले. परदेशात तर सर्व व्यवहार इंग्रजीतूनच चाले. मराठी वातावरणाशी (आणि तेही मुंबईतील कुलाबा विभागातील!) संपर्क १९७२मध्ये मुंबईत स्थायिक झाल्यावरच आला. तेव्हा अशा तोकड्या अनुभवावर या गृहस्थाला मराठी भाषेबद्दल बोलण्याचा काय अधिकार आहे असे कोणाला वाटल्यास ते साहजिकच आहे. जमेच्या बाजूने मी फक्त एवढेच सांगू इच्छितो.

> लहानपणापासून घरामध्ये मी नेहमी मराठीतच बोलत आलो आहे. ते अस्सल पुणेरी, सदाशिव पेठी मराठी नसले, तरी मराठीच आहे. इंग्लंड-अमेरिकेत वर्ष-दोन वर्षे राहून 'मी मराठीप्रेमी' असे अभिमानाने सांगणाऱ्या माझ्या काही देशबांधवांचे कसब मला साधले नाही. किंवा मुंबईतच राहून आपल्या मुलांना इंग्रजी शाळेत पाठवून त्यांच्याशी घरी इंग्रजीत बोलून त्यांना आपली मातृभाषा विसरायला लावणाऱ्या आईबापांशीही मी सहमत नाही.

ही आत्मपरीक्षा केल्यावर मी आता 'मराठी भाषेतून विज्ञान' या विषयाचा ज्या संदर्भातून विचार करणार आहे ते तीन संदर्भ असे आहेत -

एक : जनसामान्यात विज्ञानाचा प्रसार,

दोन : शालेय पाठ्यक्रमांतील वैज्ञानिक शिक्षण,

तीन : वैज्ञानिक उच्च शिक्षण आणि संशोधन.

या तीन वेगवेगळ्या संदर्भात मराठीचा उपयोग किती केला जावा याची मी आता चर्चा करणार आहे. मी जे विचार मांडणार आहे ते संपूर्ण वैयक्तिक स्वरूपाचे आहेत. ते मी आताच नमूद केलेल्या माझ्या तोकड्या अनुभवांवर आधारलेले आहेत.

आपला समाज - मग तो शिक्षित असो किंवा अशिक्षित असो - वैज्ञानिक दृष्टीने अतिशय मागासलेला आहे. अशिक्षितांबाबत मी समजू शकतो; पण आपल्या सुशिक्षितांमध्ये विज्ञानाबद्दल जी अनास्था, 'हे आपल्याला समजणारच नाही' अशी प्रवृत्ती आणि दैनंदिन जीवनात विज्ञानप्रणीत वैज्ञानिक दृष्टिकोनाचा अभाव हे पाहून सखेद आश्चर्य वाटते.

विज्ञानाबद्दलचे गैरसमज दूर करायचे आणि जनमनांत वैज्ञानिक दृष्टिकोन रुजवायचा म्हटले तर पुष्कळ साधने आज उपलब्ध आहेत. फिल्म, रेडिओ, टी. व्ही., नियतकालिके, वर्तमानपत्रे इत्यादी प्रसिद्धीमाध्यमांतून याबाबत माहिती पुरवणे शक्य आहे. पाश्चात्य देशांत ही सर्व साधने पुष्कळ वापरली जातात. लेख, कथा, नाटके इत्यादी साहित्याच्या प्रकारांतून विज्ञानप्रसार तेथे होत आहे. म्हणून हवी असल्यास इंग्रजीतून बरीच सामग्री मिळू शकेल.

विज्ञानाचा प्रसार मातृभाषेतून हवा

परंतु ही सामग्री जशीच्या तशी आयात करून वापरावी या मताच्या मी विरुद्ध आहे. विज्ञानप्रसार मातृभाषेतून झाला तरच प्रभावी ठरेल असे माझे मत आहे.

विज्ञान काहीतरी अनाकलनीय गोष्ट आहे ही भावना जनमनातून दूर करायला त्या जनमनात होणारे विचार ज्या भाषेत होतात ती भाषा वापरणे आवश्यक आहे. म्हणून महाराष्ट्रात या दृष्टीने मराठीतून लोकाभिमुख विज्ञान-साहित्य निर्माण झाले पाहिजे. असे साहित्य तयार करायला आपल्याला परदेशातील अनुभवांचा निश्चितच फायदा होईल, पण परदेशी साहित्य निवळ भाषांतर करून चालणार नाही. त्याला भारतीय - त्यातही स्थानिक - स्वरूप देणे आवश्यक आहे.

विज्ञानप्रसार मातृभाषेतून झाला तरच प्रभावी ठरेल असे माझे मत आहे. विज्ञान म्हणजे काही तरी अनाकलनीय गोष्ट आहे ही भावना जनमनातून दूर करायला त्या जनमनात होणारे विचार ज्या भाषेत होतात ती भाषा वापरणे आवश्यक आहे. म्हणून महाराष्ट्रात या दृष्टीने मराठीतून लोकाभिमुख विज्ञान-साहित्य निर्माण झाले पाहिजे असे साहित्य तयार करायला आपल्याला परदेशातील अनुभवांचा निश्चितच फायदा होईल पण परदेशी साहित्य निवळ भाषांतर करून चालणार नाही. त्याला भारतीय - त्यातूनही स्थानिक स्वरूप देणे आवश्यक आहे.

शाळेतून विज्ञान कुठल्या भाषेतून शिकवावे ?

लहान वयात मातृभाषेतूनच विज्ञान शिकवणे सोपे जाईल असे मला वाटते. विज्ञान हा विचार करायला लावणारा विषय आहे. इतिहास-भूगोलाप्रमाणे पाठांतरप्रधान विषय नव्हे. विद्यार्थ्यांचे कुतूहल जागृत करून त्याला विचार करायला लावले, तरच त्याला विज्ञान आत्मसात करता येईल. आणि म्हणून विद्यार्थी ज्या भाषेत विचार करतो, ती भाषा विज्ञानशिक्षणाला उपयुक्त ठरेल असा माझा तर्क आहे. त्या तर्कानुसार महाराष्ट्रात बहुसंख्य प्राथमिक शाळांतून मराठीतूनच वैज्ञानिक शिक्षण दिलेले उचित होईल असे मला वाटते. त्याकरिता शक्यतो मराठी परिभाषिक शब्द वापरावेत, अर्थात ते क्लिष्ट नाहीत याची काळजी घेऊनच.

लहान वयात मातृभाषेतूनच विज्ञान शिकवणे सोपे जाईल असे मला वाटते. विज्ञान हा विचार करायला लावणारा विषय आहे. इतिहास-भूगोलाप्रमाणे पाठांतरप्रधान विषय नव्हे. विद्यार्थ्यांचे कुतूहल जागृत करून त्याला विचार करायला लावले, तरच त्याला विज्ञान आत्मसात करता येईल. आणि म्हणून विद्यार्थी ज्या भाषेत विचार करतो, ती भाषा विज्ञानशिक्षणाला उपयुक्त ठरेल असा माझा तर्क आहे. त्या तर्कानुसार महाराष्ट्रात बहुसंख्य प्राथमिक शाळांतून मराठीतूनच वैज्ञानिक शिक्षण दिलेले उचित होईल असे मला वाटते. त्याकरिता शक्यतो मराठी परिभाषिक शब्द वापरावेत, अर्थात ते क्लिष्ट नाहीत याची काळजी घेऊनच.

संशोधन मात्र इंग्रजीतून हवे

परंतु विज्ञानातील उच्च शिक्षण आणि संशोधन आपण इंग्रजीतूनच करावे असा माझा दावा आहे. या मागची कारणे मी पुढे सांगेन. पण जर हा दावा ग्राह्य मानला, तर मराठीतून इंग्रजीकडे बदल करायचा तो केव्हा आणि कसा याबाबत माझ्या काही सूचना आहेत. एक सूचना अशी की, माध्यमिक शाळांत व हायस्कूलमध्ये इंग्रजी हा विषय शिकवावा. विज्ञान मराठीतूनच शिकवावे पण इंग्रजी परिभाषिक शब्द वापरून. म्हणजे विद्यार्थी कॉलेजमध्ये इंग्रजीतून विज्ञान शिकायला लागला की त्याचे इंग्रजी कच्चे असणार नाही आणि विज्ञान समजायला अवघड जाणार नाही.

माझ्या स्वत:च्या बाबतीत असेच घडले. बनारसमध्ये मला हिंदी मातृभाषेप्रमाणेच परिचित होती. विज्ञान हिंदीतून शिकवले गेले, पण इंग्रजीचे शिक्षण तिसऱ्या इयत्तेपासून होते. त्यामुळे कॉलेजमध्ये इंग्रजी माध्यमातून विज्ञान शिकायला मला काहीही त्रास झाला नाही.

मी लहान असताना - म्हणजे ब्रिटिश आमदनीत इंग्रजी आणि संस्कृत यांच्या शिक्षणाबद्दल महाराष्ट्राची पुष्कळ ख्याती होती. आम्हा 'यूपीवाल्यां'पेक्षा महाराष्ट्रातील मुले इंग्रजी आणि संस्कृतमध्ये खूप पुढे आहेत असे आम्हाला सांगण्यात येई. आता ती कीर्ती महाराष्ट्राने पार गमावली आहे. त्याकरिता दोषारोप कोणावर करायचा ते मला माहीत नाही; पण वस्तुस्थितीबद्दल खेद व्यक्त करायचे स्वातंत्र्य मात्र घेतो.

मराठी परिभाषिक शब्दांसंबंधी दोन मुद्दे थोडक्यात सांगून मी वैज्ञानिक संशोधनाकडे आणि उच्च शिक्षणाकडे वळतो. मुद्दा नंबर एक : जर शालेय

शिक्षणात विद्यार्थ्याला संस्कृत भाषेचा कुठेही स्पर्श होणार नसेल, तर ती भाषा आणि तीवर आधारलेली पारिभाषिक शब्दावली त्याला परकीच वाटणार. मुद्दा नंबर दोन : संस्कृतवर आधारलेली पारिभाषिक शब्दावली निदान संस्कृतपासून उगम पावलेल्या सर्व भारतीय भाषांत तरी समान असणे योग्य नाही का? वस्तुस्थिती मात्र वेगळी आहे. उदाहरणार्थ हिंदी आणि मराठीतच पाहा. एकाच इंग्रजी शब्दासाठी संस्कृतवर आधारलेले वेगळे पारिभाषिक शब्द अनेकदा सापडतील.

विज्ञानाच्या मराठीकरणाचा अट्टाहास मूर्खपणाचा

विज्ञानाची प्रगती इतकी झपाट्याने होत आहे की, उच्च शिक्षणाचा अभ्यासक्रम दर काही वर्षांनी बदलणे आवश्यक आहे. संशोधकाला तर आपल्या क्षेत्रात जगात इतरत्र काय काम चालले आहे यावर सारखी नजर ठेवावी लागते. ही माहिती इंग्रजी भाषेतून सर्वांत जास्त सोयीस्कर रीतीने उपलब्ध होते. ज्याला ही भाषा अवगत नाही त्याची परिस्थिती कूपमंडुकाप्रमाणे होणार यात शंका नाही. कॉलेजमधल्या विद्यार्थ्यांनासुद्धा अभ्यासेतर विज्ञानात रस घ्यायचा असला तर तात्कालिक वैज्ञानिक घडामोडींची माहिती इंग्रजीतून अनेक नियतकालिकांतून वाचायला मिळते.

> जनसामान्यांपर्यंत विज्ञान पोचवायला आणि प्राथमिक शाळांतून विज्ञानाचे शिक्षण देण्यासाठी महाराष्ट्रात मराठीचा वापर उपयोगी ठरेल. सध्याच्या परिस्थितीत अशा वापराला वावही आहे. परंतु राजभाषेवरील प्रेमामुळे तिचा वापर वैज्ञानिक संशोधनासाठी आणि उच्च शिक्षणासाठी करणे कितपत व्यवहार्य आहे याचा गंभीरपणे विचार करावा लागेल. कारण या बाबी राज्यापुरत्या किंवा राष्ट्रापुरत्या मर्यादित नसून आंतरराष्ट्रीय स्वरूपाच्या आहेत.

अशा परिस्थितीत, जिथे विज्ञान आत्मसात करायला वेळच थोडा आहे, जिथे आजचे संशोधन उद्या शिळे होते ही वस्तुस्थिती आहे, तिथे विज्ञानाच्या मराठीकरणाचा अट्टाहास मूर्खपणाचा नव्हे का? इंग्रजीकडे आपण राजकीय दृष्टीने पाहतो. गुलामगिरीत आपल्यावर दडपलेली भाषा स्वातंत्र्याच्या काळात का वापरायची अशी गर्जना अनेक राजकीय नेत्यांकडून ऐकायला मिळते. ठीक आहे. जेथे राष्ट्रीय बाबी आहेत तेथे तुम्ही ही दृष्टी वापरली तर गैर नाही. पण विज्ञान

हे राष्ट्रीय नसून आंतरराष्ट्रीय आहे हे विसरून उपयोग नाही. आणि आंतरराष्ट्रीय पातळीवर इंग्रजी ही विज्ञानाची भाषा होत चालली आहे.

एक उदाहरण देऊन हा मुद्दा पुरा करतो. गणकयंत्रांचा वैज्ञानिक संशोधनात उपयोग झपाट्याने वाढत आहे. संगणकावर सोडवावयाच्या कार्यप्रणालीची देवाणघेवाण वेगवेगळ्या देशांतल्या शास्त्रज्ञांत होऊ लागली आहे. स्वानुभवाने तयार केलेली कार्यप्रणाली दुसऱ्याला उपयोगी ठरावी अशा हेतूने ही देवाणघेवाण होते. ही कार्यप्रणाली इंग्रजीत असते. जर आपण इंग्रजीचा त्याग केला, तर या क्षेत्रातील वाढत्या संशोधनकार्यातला आपला वाटा नाहीसा होईल.

तेव्हा थोडक्यात सांगायचे म्हणजे, जनसामान्यांपर्यंत विज्ञान पोचवायला आणि प्राथमिक शाळांतून विज्ञानाचे शिक्षण देण्यासाठी महाराष्ट्रात मराठीचा वापर उपयोगी ठरेल. सध्याच्या परिस्थितीत अशा वापराला वाव पण पुष्कळ आहे. परंतु राजभाषेवरील प्रेमामुळे तिचा वापर वैज्ञानिक संशोधनासाठी आणि उच्च शिक्षणासाठी करणे कितपत व्यवहार्य आहे याचा गंभीरपणे विचार करावा लागेल. कारण या बाबी राज्यापुरत्या किंवा राष्ट्रापुरत्या मर्यादित नसून आंतरराष्ट्रीय स्वरूपाच्या आहेत.

◆ ◆ ◆

१०.

विज्ञान, तंत्रज्ञान आणि मराठी भाषा

'काय?', 'कसे?' आणि 'का?' या प्रश्नांतून विज्ञान हा विषय जन्माला आला आणि या प्रश्नांची उत्तरे शोधता शोधता त्याचा नकळत विकास होत गेला. निसर्गाच्या व्यवहारांमागे काही सुसूत्रता आहे... ते व्यवहार कोणाच्या लहरींवर अवलंबून नसून काही ठरावीक चाकोरीतून चालू असतात, याचा प्रत्यय मानवाला हळूहळू झाला आणि त्यामागचे रहस्य उकलताना त्याला विज्ञानाचा साक्षात्कार होत गेला. वर फेकलेली वस्तू खाली येते, पृथ्वी सूर्याची प्रदक्षिणा करते, समुद्रात ठरावीक वेळी भरती येते... या विविध स्वरूपाच्या घटनांमध्ये विज्ञानाचा एकच नियम आहे. तो आहे गुरुत्वाकर्षणाचा. आकाशात चमकणाऱ्या विजा, इंद्रधनुष्याचे सात रंग किंवा लोहचुंबकाचे आकर्षण हे सर्व एकाच नियमात बसतात. हा नियम विद्युत्चुंबकीय शास्त्र म्हणून ओळखला जातो.

विज्ञानाची माहिती मिळवता मिळवता तिचा उपयोग आपल्या जीवनक्रमात करायला मानवाने सुरुवात केली आणि तेथूनच तंत्रज्ञानाचा प्रारंभ झाला. प्राथमिक तंत्रज्ञान अवतरले तेव्हा आदिमानवाने कृत्रिम मार्गांनी अग्नी निर्माण केला. ऊर्जानिर्मितीचा तो पाया समजला पाहिजे. आजच्या विज्ञानयुगात अतिवेगाने वाढणाऱ्या तंत्रज्ञानामागे तीच ऊर्जानिर्मिती आहे.

विज्ञान हे जिज्ञासेतून विकसित होते, तर तंत्रज्ञान गरजेतून. प्रश्न विचारून, वाद घालून, प्रयोग करून, तपासणी करून विज्ञानाचा पाया घट्ट केला जातो. तसेच इहलोकात जगण्याची जिद्द असेल; आपले राहणीमान सुधारण्याची अहमहमिका असेल, तरच नवे तंत्रज्ञान निर्माण करायची क्षमता येते.

आजचे युग हे विज्ञान-तंत्रज्ञानाचे युग आहे. विज्ञानात नवनवीन शोध लागत आहेत आणि त्यांचे रूपांतर वेगाने उपयोजित तंत्रज्ञानात

होत आहे. अशा वेगवान जीवनात विज्ञान आणि तंत्रज्ञानापासून अलिप्त राहणे कुठल्याही समाजाला परवडणारे नाही. अशा पार्श्वभूमीवर मराठी भाषेचे काय स्थान राहील? प्रथम विज्ञानाच्या संदर्भात पाहू.

विज्ञान हा पाठांतराचा विषय नव्हे. तो खरोखर समजला पाहिजे... म्हणजे त्यामागे मेंदूला विचार करण्याचे श्रम घ्यावे लागतात. मेंदूची दोन कामे असतात. एक म्हणजे माहिती साठविणे आणि तिचा हवा तो भाग जरूर असेल तेव्हा काढून देणे. दुसरे काम म्हणजे विचार करून त्या माहितीतून नवी कल्पना, नवे तर्क, नवे निष्कर्ष काढणे. पहिला भाग पाठांतराचा आहे, दुसरा सर्जनाचा.

पाठांतराच्या बाबतीत संगणक मानवी मेंदूच्या पुढे गेला आहे, पण सर्जनक्षमतेबाबतीत मानव संगणकाच्या पुढे आहे. विज्ञानाचा विकास करायला हवी असलेली सर्जनक्षमता यायला मेंदूत विचारमंथन होणे आवश्यक असते. सामान्यपणे हे विचारमंथन एखाद्या भाषेच्या माध्यमाने होते. ते ज्या भाषेत होत असेल, त्या भाषेत मेंदू विज्ञान समजून घेत असतो आणि (शक्य झाल्यास) त्यात भर टाकतो.

हे विचारमंथन मातृभाषेत होत असते असे मानले जाते. अनेक भाषा बोलणाऱ्या गृहस्थाची मातृभाषा शोधून काढण्याचे कसब नाना फडणवीस यांनी दाखविल्याची आख्यायिका आहे. प्रत्येक व्यक्तीची मनात विचार करण्याची जी एक निश्चित भाषा असते, तीच भाषा विज्ञानासाठी स्वाभाविक समजली पाहिजे. या लेखासाठी मी त्या भाषेलाच 'मातृभाषा' म्हणेन. विशेषकरून विज्ञानाच्या प्राथमिक शिक्षणासाठी हीच भाषा सर्वथैव योग्य आहे.

विज्ञानाचा विकास करायला हवी असलेली सर्जनक्षमता यायला मेंदूत विचारमंथन होणे आवश्यक असते. सामान्यपणे हे विचारमंथन एखाद्या भाषेच्या माध्यमाने होते. ते ज्या भाषेत होत असेल, त्या भाषेत मेंदू विज्ञान समजून घेत असतो व (शक्य झाल्यास) त्यात भर टाकतो.

हे विचारमंथन मातृभाषेत होत असते असे मानले जाते. अनेक भाषा बोलणाऱ्या गृहस्थाची मातृभाषा शोधून काढण्याचे कसब नाना फडणवीस यांनी दाखविल्याची आख्यायिका आहे. प्रत्येक व्यक्तीची मनात विचार करण्याची जी एक निश्चित भाषा असते तीच भाषा विज्ञानासाठी स्वाभाविक समजली पाहिजे. या लेखासाठी मी त्या भाषेलाच 'मातृभाषा' म्हणेन. विशेषकरून विज्ञानाच्या प्राथमिक शिक्षणासाठी हीच भाषा सर्वथैव योग्य आहे.

सध्याचे विज्ञान यूरोपातून आले म्हणून त्याचे प्राथमिक शिक्षण यूरोपीय भाषेतून दिले पाहिजे हा अट्टाहास चुकीचा आहे. स्वतः विज्ञान हा विषय अमुक एका देशातला म्हणून त्या देशाची छाप घेऊन आलेला नसतो. पाण्याप्रमाणे विज्ञानदेखील निर्गुण आहे. टँकरमधले किंवा नळातले पाणी आपण आपल्या सोईने योग्य त्या भांड्यात साठवितो आणि पितो. न्यूटनने जुन्या इंग्रजीत मांडलेले नियम जर मराठी भाषकाला मराठीत समजत असतील, तर ते त्या भाषेतच सांगितले पाहिजेत. त्यामुळे त्या नियमांची विश्वासार्हता नष्ट होत नाही. त्यांतील तथ्ये शाबूत राहतात.

सामान्य अनुभव असेच सांगतो, की कुठलीही प्राथमिक स्वरूपाची वैज्ञानिक माहिती मातृभाषेतून अधिक सहजगत्या कळते. इंग्रजीतून विज्ञान शिकणाऱ्या मराठी भाषक मुलाला प्रथम इंग्रजी विधानाचे मराठीकरण मनातल्या मनात करून मग त्याचा अर्थ लावावा लागतो. पुढे त्या विधानाची छाननी करण्यासाठी लागणारे विचारमंथन मराठीतच केले जाते. ही प्रक्रिया मूळ विधान मराठीत असल्यास अधिक सोपी व सुटसुटीत होते.

प्राथमिक शाळांत इंग्रजीतून शिकविल्या जाणाऱ्या वैज्ञानिक अभ्यासक्रमाकडे दृष्टी टाकल्यास या वस्तुस्थितीची कल्पना येते. 'Air is necessary for Existence.' या वाक्यात दोन मोठाले इंग्रजी शब्द आहेत. त्यांचे स्पेलिंग बरोबर करून अर्थ लावण्याच्या खटपटीत मूळ वैज्ञानिक तथ्य बाजूला पडते. या वाक्यातील तथ्य मराठी विद्यार्थ्याला 'श्वास घेण्यासाठी हवेची जरुरी असते', अशा सोप्या शब्दांत सांगता येते आणि हाच मुद्दा सामान्य माणसाला विज्ञान समजावून सांगताना विचारात घेतला पाहिजे.

मराठीतून अथवा अन्य देशी भाषांतून विज्ञान सांगण्यासाठी पारिभाषिक शब्दांचा बागुलबुवा उपस्थित केला जातो. इथे चूक दोन्ही बाजूंकडून होते. देशी भाषांचे कट्टर समर्थक नवे पारिभाषिक शब्द वापरण्याचा हट्ट धरतात. कित्येक पारिभाषिक शब्द मूळ इंग्रजी शब्दांपेक्षा बोजड, क्लिष्ट आणि ओढूनताणून तयार केलेले वाटतात. पारिभाषिक शब्दांबद्दल माझे मत असे आहे की, सोपे, प्रचारातले इंग्रजी पारिभाषिक शब्द जसेच्या तसे मराठीत घ्यायला हरकत नाही. कुठलीही भाषा नव्या शब्दांमुळे समृद्ध होते. इतर भाषांतून आलेले शब्द आत्मसात करून इंग्रजी भाषा समृद्ध झाली. हिंदी, मराठीसारख्या भाषांनाही काही प्रचलित इंग्रजी वैज्ञानिक शब्द आहेत. ते त्या रूपांत वापरणे वावगे वाटू नये. रेडिओ, टेलिफोन, पोस्ट ऑफिस यांसारखे इंग्रजी शब्द आता मराठीत रूढ

झाले आहेत. रेडिओसाठी संस्कृतजनित एखादा क्लिष्ट शब्द तयार करण्यात अर्थ नाही. अनेकदा मराठीतून विज्ञान सांगताना 'शुद्ध' भाषेच्या आग्रहाखातर अनोळखी बोजड शब्दांचा भडिमार केला जातो आणि त्यामुळे वैज्ञानिक विधान मातृभाषेतूनदेखील कळत नाही. समाज प्रबोधनासाठी विज्ञानाची माहिती देतांना 'इंग्लंडमधून आलेले विज्ञान त्याच देशाच्या भाषेतून कळेल' असा आग्रह धरणे जितके चुकीचे आहे, तितकेच वरील शुद्ध संस्कृतजनित भाषेचा वापर करणेही सदोष आहे. मातृभाषेतून विज्ञान सांगण्याचे कसब या दृष्टिकोनाच्या दरम्यान सापडेल.

स्वातंत्र्योत्तर काळात विविध भारतीय भाषांतून पारिभाषिक शब्द तयार करण्यावर पुष्कळ भर दिला गेला; पण एका महत्त्वाच्या गोष्टीचे भान राखले गेले नाही. एका उदाहरणाने हा मुद्दा स्पष्ट होईल. Atom आणि Molecule यांसाठी मराठी पारिभाषिक शब्द आहेत 'अणू' आणि 'रेणू'. हिंदीत मात्र हे पारिभाषिक शब्द आहेत 'परमाणु' आणि 'अणु'. गंमत म्हणजे हे सगळे शब्द संस्कृत भाषेतून तयार केले आहेत! ज्या भारतीय भाषा संस्कृतपासून जन्मल्या त्यांना हे वैज्ञानिक शब्द तेच ठेवता आले नसते का?

प्राथमिक शिक्षणापासून, उच्चशिक्षण आणि संशोधन हे दुसरे टोक पाहिले तर मात्र असे वाटते, की इंग्रजीचा अव्हेर करून चालणार नाही. वैज्ञानिक संशोधन, मग ते उच्च दर्जाचे असेल तर बऱ्याच वेळा देशांची, राष्ट्रांची मर्यादा ओलांडून आंतरराष्ट्रीय स्वरूपाचे असते. तेथे विचारांची देवाणघेवाण प्रांतिक भाषेतून न होता आंतरराष्ट्रीय भाषेतून होते आणि इथे इंग्रजी भाषाच योग्य ठरते. इथे इंग्रजीकडे गुलामगिरीची भाषा म्हणून न पाहता देशादेशांना जोडणारी भाषा म्हणून पाहिले पाहिजे. उच्चशिक्षणासाठीदेखील इंग्रजीतून प्रसिद्ध होणारा ग्रंथसमुदाय आणि नियतकालिकांचे जाळे उपयोगी पडते. इंग्रजीच्या अनाठायी द्वेषामुळे आपले विद्यार्थी आणि संशोधक या समृद्ध साधनाला मुकतील. या कारणांमुळेच रशिया, जपान, चीनसारख्या देशांमध्येसुद्धा विज्ञानाच्या आंतरराष्ट्रीय प्रवाहात सामील होण्यासाठी इंग्रजीची निकड भासू लागली आहे. इंग्रजी आत्मसात करायला तेथील शास्त्रज्ञांना जेवढे कठीण जाते, तेवढे आपल्या देशातील शास्त्रज्ञांना जात नाही. कारण इंग्रजीचा वारसा अद्याप या देशात टिकून आहे.

तेव्हा विज्ञानाच्या शिक्षण आणि संशोधनासाठी इंग्रजीकडे एका वेगळ्या दृष्टिकोनातून पाहणे आवश्यक आहे. जरी ती भाषा इंग्रजांच्या वसाहतवादामुळे आपल्यावर लादली गेली तरी आजच्या विज्ञानयुगात देशादेशांतील संलग्न भाषा

म्हणून तिच्याकडे पाहिले पाहिजे. संकुचित दृष्टिकोनातून तिचा अवमान करणे देशाच्या प्रगतीच्या दृष्टीने महागात पडेल. परंतु प्राथमिक शिक्षणासाठी आणि समाज प्रबोधनासाठी विज्ञान मातृभाषेतून सांगितले जावे. तेथे इंग्रजीचा आग्रह धरणे खुळेपणाचे ठरेल.

आता तंत्रज्ञानाचा विचार करू. आधी सांगितल्याप्रमाणे तंत्रज्ञानाचा विकास व्हायला 'गरज' भासणे आवश्यक आहे. आपले तंत्रज्ञान अविकसित राहिले याचे कारण आम्हा भारतीयांची अल्पसंतुष्ट प्रवृत्ती. इहलोकात आपण भोगतो ते पूर्वजन्मीचे फळ आणि परलोकात सगळी सुखे आहेतच. अशा भावनेने आणि त्यामुळे इथे राहणीमान सुधारण्यासाठी लागणारी जिद्द नसल्याने आपले तंत्रज्ञानही पुढे जाऊ शकले नाही. यूरोपातील गरिबी व निष्ठुर हवामान यांवर तोडगे काढता काढता तेथे तंत्रज्ञान आपोआप आले. कानेकोपरे गाठले. आपण मात्र 'आपली भूमी सोडून परदेशी जाणे म्हणजे पाप' असे मानून घरी बसून राहिलो.

गरज भासणे ही पहिली पायरी! ती पूर्ण करणे ही दुसरी! ती सहजगत्या पूर्ण करणे म्हणजे दुसऱ्यांनी तयार केलेले तंत्रज्ञान विकत घेऊन वापरणे. ही सोपी पद्धत आपल्याला परावलंबी करते. त्या उलट, उशीर लागला तरी स्वबळावर आवश्यक तंत्रज्ञान निर्माण करणे हे केव्हाही अंततः श्रेयस्कर ठरते.

गरज भासणे ही पहिली पायरी! ती पूर्ण करणे ही दुसरी! ती सहजगत्या पूर्ण करणे म्हणजे दुसऱ्यांनी तयार केलेले तंत्रज्ञान विकत घेऊन वापरणे. ही सोपी पद्धत आपल्याला परावलंबी करते. त्या उलट, उशीर लागला तरी स्वबळावर आवश्यक तंत्रज्ञान निर्माण करणे हे केव्हाही अंततः श्रेयस्कर ठरते.

भारताला अलीकडे सर्वाधिक उपभोक्ते असलेला देश म्हटले जाते. आपल्याला तंत्रज्ञान आणि त्यातून निर्माण झालेली सामग्री विकणाऱ्यांच्या दृष्टीने ही आकर्षक बाब असली तरी आपल्या स्वावलंबनाच्या आणि आत्मविश्वासाच्या दृष्टीने खचित नव्हे.

तंत्रज्ञानाबद्दल ओढ निर्माण व्हायला त्याचे आदानप्रदान, त्याची माहिती, नव्याची निर्मिती आदींसाठी देशाची, प्रांताची भाषा महत्त्वाची असते. म्हणून मराठीचा वापर गरजेचा आहे. शहरी समाज सोडला तर महाराष्ट्रात अजूनही मराठीच सार्वजनिक भाषा आहे, पण ती टिकून राहील का?

या प्रश्नाचे उत्तर भाषेच्या उत्क्रांतीवर अवलंबून आहे. भाषेला या नव्या सी.डी. रॉमच्या युगात संगणकाशी जुळवून घ्यावे लागणार. भाषा लिहिण्याचे, संपादन करण्याचे संगणकीय मार्ग शक्य तितके उपयोगकर्त्यांच्या सोईचे (User Friendly) असले पाहिजेत. त्याचप्रमाणे विज्ञान-तंत्रज्ञानातले नवनवे पारिभाषिक शब्द भाषेला खपवून घेता आले पाहिजेत. पण त्याहूनही महत्त्वाचे म्हणजे भाषेत सतत नवनिर्मिती होत राहिली पाहिजे. ही नवनिर्मिती झपाट्याने घडणाऱ्या स्थित्यंतराला सक्षमपणे प्रतिबिंबित करणारी असायला पाहिजे.

कदाचित एक काळ असा येईल जेव्हा सर्व राष्ट्रांचा सारखा विकास होऊन जीवनमानात सारखेपणा येईल. सगळीकडे समानता आली की मग लक्षणीय असे काही घडणार नाही. भौतिकशास्त्रात अशा स्थितीला 'उष्मागतिकी समतोल' (Thermodynamic Equilibrium) म्हणतात. त्या दशेत जीवन अतिशय कंटाळवाणे होईल. तशी स्थिती आज नाही आणि निकटच्या भविष्यात येणारही नाही. आपण आशा करू या की, तशी स्थिती पुष्कळ शतके उद्भवणार नाही आणि तोपर्यंत जीवनात विविधता आहे, हास्यरस आहे, तसा करुणरसही आहे. सामाजिक असमतोल आहेत, संघर्ष आहेत. विज्ञान-तंत्रज्ञानाच्या गतिमानतेमुळे सभोवतालची एकंदर स्थिती बदलते आहे. या गतिमानतेचे चित्र समर्थपणे प्रतिबिंबित करणाऱ्या भाषाच जिवंत राहतील आणि समृद्ध होतील.

मी आशा करतो, की मराठी भाषा अशा भाषांत असेल आणि शंभर वर्षांनंतरदेखील आजच्याप्रमाणे काव्य-शास्त्र-विनोदाबरोबर विज्ञानाला घेऊन पुढे जात असेल.

◆ ◆ ◆

११.

विज्ञान-साहित्याच्या निर्मितीतील समस्या

विज्ञान साहित्यलेखनातील समस्यांचा विचार करण्यापूर्वी विज्ञान साहित्य कशाला म्हणायचे याचा खुलासा करणे आवश्यक आहे. विज्ञानाबद्दलचे लेखन एकंदरीत खालील स्वरूपाचे असते -

१. वैज्ञानिक विषयावरील संशोधनात्मक प्रबंध हे बहुतकरून विज्ञानाला वाहिलेल्या नियतकालिकांतून प्रसिद्ध होतात.

२. विज्ञानाच्या एखाद्या शाखेतील, उपशाखेतील किंवा उप-उपशाखेतील जागतिक प्रगतीचा आढावा, ज्याला इंग्रजीमध्ये Review Article असे म्हणतात, अशा तऱ्हेचे लेख, एका विशेष प्रकारच्या नियतकालिकांमधूनच प्रसिद्ध होतात.

३. एखाद्या वैज्ञानिक मुद्याची सामान्य वैज्ञानिकांना समजेल अशा पातळीवर चर्चा करणारा लेख (किंवा पुस्तक). आता या भागाचे माझ्या डोळ्यांसमोर येणारे उदाहरण म्हणजे सायंटिफिक अमेरिकन हे नियतकालिक. बहुतेकांनी ते वाचलेलेही असेल. मी हे नियतकालिक वाचत असताना असे समजत होतो की, हे नियतकालिक सर्वसामान्य सुशिक्षितांसाठी लिहिलेले आहे. परंतु मी जेव्हा काही विज्ञान न वाचलेल्या लोकांना त्याबद्दल विचारले, तर ते म्हणाले की ते मासिक आम्हाला फार अवघड वाटते. म्हणून या गोष्टीचा समावेश मी तिसऱ्या क्रमांकात केलेला आहे.

४. त्यानंतर विज्ञानकोष, ज्यात पाहिजे त्या वैज्ञानिक विषयाची तपशीलवार माहिती मिळते. ती माहिती फार खोलपर्यंत जात नाही. परंतु एखाद्याला जर सर्वसाधारण माहिती पाहिजे असेल, तर ती त्याला तिथे मिळू शकते. अनेक लेखकांनी त्यात सहभाग दिलेला

असतो आणि त्याला 'एनसायक्लोपीडिया' असे म्हणायला हरकत नाही.

५. त्यानंतर पाचवा प्रकार म्हणजे सामान्य सुशिक्षितांसाठी वैज्ञानिक माहिती पुरविणारे लेख (मासिके आणि पुस्तके). याबाबत मराठीमध्ये प्रसिद्ध उदाहरण द्यावयाचे म्हणजे गो.रा. परांजपे किंवा कर्वे, सोहोनी यांचे महत्त्वपूर्ण लेखन. त्यांच्या वाचनामध्ये एकात्मता असल्यामुळे व सोप्या भाषेमुळे समाजाला विज्ञानाची चांगली माहिती करून द्यायला अशा तऱ्हेचे लेख प्रसिद्ध होणे फार आवश्यक आहे.

६. सहावा प्रकार जो आहे तो कथा-कादंबरी-कविता आणि नाटकेसुद्धा यात घालायला हरकत नाही. या प्रस्थापित साहित्यिक माध्यमांतून एखाद्या वैज्ञानिक कल्पनेचे चित्रण.

वरील सर्व स्वरूपांत लेखन करायची संधी मला वेळोवेळी मिळालेली आहे. इतरांनी केलेले लेखन मी थोड्याफार प्रमाणात वाचले आहे. थोड्याफार प्रमाणात या शब्दप्रयोगातील 'थोड्या' या शब्दावरच जास्त भर दिला पाहिजे. एकंदर लेखन या विषयावरती इतके झालेले आहे, की कोणीही असे विधान करू शकणार नाही की मी फार वाचले आहे. या लेखन-वाचनाच्या बाबतीत माझे जे काही अनुभव आहेत, त्यावरून माझी विधाने मी करतो. संशोधनात्मक प्रबंधांत वैज्ञानिक मुद्द्यांची अचूकता जास्त आहे; आणि ते मुद्दे मांडणारी भाषाशैली सुगम आहे की दुर्गम आहे, तांत्रिकदृष्ट्या चूक आहे की बरोबर हे प्रश्न गौण मानले जातात.

माझा स्वत:चा अनुभव असा की, मला यांतील पहिल्या प्रकारातील गोष्टीसंबंधी भाषण करणे फार सोपे वाटते. कारण श्रोते विषयाचे जाणकार असल्यास तो विषय जाणीवपूर्वक समजावून सांगावयाची आवश्यकता नसते. म्हणून आपण लगेच जसे आहेत तसे मुद्दे त्यांच्यासमोर मांडतो. परंतु जसजसा विज्ञानाचा भाग कमी कमी होत जातो आणि माध्यमाचे महत्त्व वाढत जाते, तसतसे आपणाला त्या भाषणावर जास्त मेहनत करावी लागते. लोकांचा असा समज असतो की, ज्याला आपण पॉप्युलर लेक्चर म्हणतो, तसे व्याख्यान द्यायला खास तयारी करावी लागणार नाही. पण खरोखरच त्याच्यातच जास्त मेहनत असते. टेक्निकल लेक्चर देण्यात तेवढी मेहनत करावी लागत नाही. तसेच थोड्याफार प्रमाणात हे लिखाण करातानासुद्धा हा अनुभव येतो. तर या उलट पाचव्या प्रकारात वैज्ञानिक माहिती शक्य तितक्या सोप्या मार्गाने वाचकांपुढे आणण्यासाठी लेखकाचे कसब पणाला लागते. एखादा वैज्ञानिक सिद्धान्त सोपा करून सांगताना 'ध'चा 'मा'

होत नाही ना याची काळजी घ्यावी लागते; त्याचप्रमाणे सिद्धान्ताची मूळ कल्पना वाचकाच्या डोक्यावरून जात नाही ना याची दक्षताही बाळगणे आवश्यक असते. ही तारेवरची कसरत फार थोड्या विज्ञान लेखकांना साध्य होते. कधीकधी मी जर एखादे पॉप्युलर लेक्चर देणार असतो, तेव्हा बरेच श्रोते असा समज करून घेतात की, नारळीकर जे काही आज सांगणार आहेत ते आपल्या डोक्यावरून जाणार. हा जो एक प्रकारचा डिसअ‍ॅडव्हान्टेज अथवा हॅन्डिकॅप असतो, त्याखाली मी काम करीत असतो. एक उदाहरण सहज मला आठवले म्हणून सांगतो. पुण्याला वसंत व्याख्यानमालेत मी व्याख्यान देणार होतो. व्याख्यानाचा विषय होता 'शंभर वर्षांनंतरचे मानवी जीवन कसे असेल?' आता याच्यामध्ये खरे म्हटले तर अवघड असे काही नाही. निदान या शीर्षकावरून मी काही अवघड बोलणार आहे असे काही मला वाटले नाही. तरी पण पुण्यातील एक प्राध्यापक माझे कौतुक करण्याच्या हेतूने म्हणाले, ''मी येणार आहे तुमच्या व्याख्यानाला, पण तुम्ही काय बोलणार आहात ते माझ्या डोक्यावरून जाईल.'' तर मला असे म्हणावयाचे आहे की, माझ्या व्याख्यानासंबंधी त्यांनी हा पूर्वग्रह अगोदरच करून ठेवलेला होता. ही एक समस्या म्हणा, ती माझ्यासमोर मी जेव्हा लेखन करायला बसतो तेव्हा येऊन उभी राहते. श्रोत्यांच्या मनातील लेखकाबद्दलचा पूर्वग्रह कसा दूर करावा, हा एक प्रश्नच असतो.

मी जे पाच प्रकार आधी सांगितले, त्या पाचही प्रकारांत वैज्ञानिक माहिती वाचकांपर्यंत पोचवण्याचा लेखकाचा हेतू असतो. जरी पाचव्या प्रकारात ही माहिती पोचवताना लेखकाने उपमा, उदाहरणे, आख्यायिका वगैरे वापरल्या असल्या, तरी त्यांचा उद्देश एखादी वैज्ञानिक माहिती लेखनाद्वारे वाचकाच्या मनात बिंबवणे हाच असतो. परंतु माझ्या मते सहाव्या प्रकाराचे तसे नाही.

कथा-कादंबऱ्या-कविता वाचकांचे मनोरंजन करतात आणि त्यांना वैचारिक खाद्यसुद्धा पुरवतात. तर हे वैचारिक खाद्य सरळसरळ समोर मांडले, तर वाचकांना ते रुचणार नाही किंवा पचणार नाही. त्याला मनोरंजनाचा मुलामा लावणे आवश्यक आहे. आपल्या पुराण वाङ्मयातील उदाहरण द्यायचे म्हणजे, व्यावहारिक ज्ञान आत्मसात करण्यात अपयशी ठरलेल्या मुलांना पंचतंत्रातल्या गोष्टी सांगून विष्णुशर्माने शहाणे केले. धार्मिक कल्पना रुचकर स्वरूपात मांडण्याचे काम संतवाङ्मयाने केले. इतिहास म्हणजे इसवी सने आणि तहाची कलमे, असे म्हणून तिकडे दुर्लक्ष करणारा वाचक ऐतिहासिक कादंबऱ्या आवडीने

वाचतो. हीच बाब विज्ञानालाही का लागू पडू नये? विज्ञान म्हणजे आपल्याला न समजणारा विषय असे गृहीत धरून चालणारा वाचक विज्ञानकथेतून कळत नकळत एखादी वैज्ञानिक कल्पना पचवू शकणार नाही का?

या प्रश्नांच्या होकारांती उत्तरांतून विज्ञानलेखाचा हा सहावा प्रकार अस्तित्वात आला असावा. विज्ञानसाहित्य म्हणजे हा सहावा प्रकार आहे. याची काही उदाहरणे मी आधी देतो. असे साहित्य लिहिताना कुठल्या कुठल्या समस्या उद्भवतात याची कल्पना येण्यासाठी या लेखनाची काही उदाहरणे आपण प्रथम पाहू.

पृथ्वी आपल्या अक्षाभोवती २४ तासांत एक चक्कर मारते, म्हणजे २४ तासांत ३६० अंशाचा कोन पुरा करते. म्हणजे ताशी १५ मिनिटे इतक्या कोनीय वेगाने फिरते. याचा अर्थ असा की, जर दोन ठिकाणांच्या रेखांशात १५ अंशाचा फरक असेल तर तेथील सुर्योदयाच्या वेळेत एका तासाचा फरक असेल. कोलकात्यात सूर्योदय आणि सूर्यास्त मुंबईच्या आधी होतात ते याच कारणाने. म्हणून एक माणूस जर मुंबईहून कोलकात्याला गेला, म्हणजे इथून पूर्वेला गेला, आणि तो जर सूर्योदयाला मुंबईहून निघाला आणि सूर्यास्ताला कोलकात्याला पोचला तर त्याने मोजलेल्या दिवसाची लांबी मुंबईतील किंवा कोलकात्यातील दिवसाच्या लांबीपेक्षा कमी असेल. अर्थात जर तो पूर्वेकडे जात जात संपूर्ण पृथ्वी प्रदक्षिणा करून आला, तर हा फरक वाढत वाढत २४ तासांचा होईल. या कल्पनेला कथेचे स्वरूप देऊन ज्यूल्स व्हर्नने 'ऐंशी दिवसांत पृथ्वीप्रदक्षिणा' ही यशस्वी कादंबरी लिहिली. ऐंशी दिवसांत पृथ्वी प्रदक्षिणा करण्याची पैज मारून निघालेला कथानायक लंडनहून सतत पूर्वेकडे जात परत येतो तेव्हा त्याच्या कालगणनेप्रमाणे ८० दिवस उलटून काही तास झालेले असतात आणि आपण पैज हरलो असे त्याला वाटत असते. वास्तविक लंडनमधील घड्याळाप्रमाणे केवळ ७९ दिवसच पूर्ण झालेले असतात. आणि त्याला शेवटी कळते की आपल्याला अजून काही मिनिटे उरलेली आहेत आणि तो तेवढ्यात जाऊन उरलेले अंतर पूर्ण करून पैज जिंकतो.

तर कथानकाच्या वैज्ञानिक कल्पनेची ही खुबी अगदी शेवटी उजेडात येते. तोपर्यंत वाचक कथानायकाच्या प्रवासातील अनेक साहसांत आणि रोमांचकारी अनुभवांत रंगून गेलेला असतो.

परंतु विज्ञानकथा केवळ त्या काळी माहीत असलेल्या किंवा प्रस्थापित झालेल्या वैज्ञानिक तथ्यांवर आधारलेली असावी, असे नाही. जर लेखक स्वत: विज्ञानात मुरलेला असेल, तर स्वत:च्या अनुभवावरून 'पुढे विज्ञान कुठे

जाईल?' याचा अंदाज बांधून त्यावर कथा रचू शकतो. याचे उदाहरण म्हणजे आपल्या यशस्वी विज्ञान कादंबरी 'कृष्णमेघ'मध्ये (The Black Cloud) प्राध्यापक फ्रेड हॉएल यांनी अंतराळातील रेणूंचा सजीव मेघ सूर्यमालेत आल्यावर काय काय घडू शकेल याची कल्पना करून एक उत्तम चित्र रंगवलेले आहे. हे पुस्तक १९५६च्या सुमाराला लिहिले गेले. १९६०-७० या दशकामध्ये रेडिओ आणि सूक्ष्म लहरींच्या वेधांद्वारे कार्बनिक रेणू असलेले मेघ अंतराळात सापडले. पृथ्वीवरील जीवसृष्टीच्या मुळाशी असलेल्या डी.एन.ए.चे अनेक घटकरेणू अंतराळात सापडल्यामुळे हॉएल यांनी केलेली सजीव मेघाची कल्पना आता तितकी अवास्तव वाटत नाही. तर या संदर्भात असेही सांगावेसे वाटते की, हॉएल यांनी पुढे असे म्हटलेले आहे की, १९५६च्या सुमाराला त्यांना त्यांच्या शास्त्रीय संशोधनांतून एक कल्पना सुचली की, अंतराळात रेणू - कार्बनिक रेणू असू शकतील. त्यांनी या कल्पनेतून एक संशोधनात्मक प्रबंध लिहिला, तो मान्य झाला नाही. त्या वेळी त्यांचे जे सहकारी वैज्ञानिक होते, त्यांना ती माहिती अतिरंजित वाटली आणि त्यांनी तो प्रबंध उजेडात येऊ दिला नाही. म्हणून हॉएल यांनी हा मार्ग वापरला.

तर, प्रस्थापित विज्ञानातून पुढले भाकीत करणे किंवा याही पुढे जाऊन केवळ कल्पनेच्या भराऱ्यांवर अनेक विज्ञानकथा रचल्या जातात. तथ्यापासून फँटसीकडे जाताना सर्वच लेखक यशस्वी होतात असे नाही. आर्थर सी. क्लार्क यांच्या 'सन २००१ - अंतरिक्षपुराण' या स्थानकावरचा चित्रपट पुष्कळ गाजला. यातील फँटसीचे भाग सर्वांनाच पटतील, असे नाही. पण त्यातील अंतराळ वसाहतीचे व संगणकाचे चित्रण पुष्कळ वास्तववादी झाले आहे.

माझे स्वतःचे अनुभव मी येथे मांडतो. १९७४ साली मी माझी पहिली विज्ञानकथा 'कृष्णविवर' ही लिहिली. मराठी विज्ञान परिषदेच्या विज्ञानरंजक कथा-स्पर्धेसाठी ती लिहिली असल्याने स्पर्धेची शब्दमर्यादा २००० शब्दांची होती, ती पाळणे आवश्यक होते. माझ्यासारख्या प्राथमिक अवस्थेतील लेखकाच्या हे पथ्यावरच पडले. कारण, कथातंत्र सांभाळून आणि अनेक पात्रे घालून ही कथा मला मोठी करून फुलवता आली असती की नाही, ही शंकाच आहे. या मुद्याची थोडीफार चर्चा मी पुढे करीन.

आजपर्यंत मी थोड्याफार विज्ञानकथा आणि एक विज्ञान-कादंबरी असे लेखन केलेले आहे. ते लेखन करताना मला स्वतःला कोणत्या समस्या आल्या त्यांची प्रथम थोडक्यात चर्चा करतो.

खगोलशास्त्र आणि जीवशास्त्र हे दोन विज्ञानाचे भाग विज्ञान कथानकासाठी बरेच उपयोगी पडतात. त्यापैकी खगोलशास्त्राशी माझा निकटचा संबंध असल्याने त्या बाबतीत माझी सोय झाली. विशाल विश्वात पृथ्वीचे स्थान किती स्वल्प आहे हे खगोलशास्त्राच्या अभ्यासामुळे लक्षात येते. त्याचप्रमाणे पृथ्वीवासीयांना मोठ्या वाटणाऱ्या घटना - भूकंप, वादळ, अणुबाँबचा स्फोट इत्यादी - विश्वात घडणाऱ्या प्रचंड नैसर्गिक घटनांपुढे किती फुसक्या आहेत हे अंतराळातील वेधांवरून दिसून येते.

जरी अशा घटना अतिविशाल, चमत्कृतिपूर्ण, काहीशा अनाकलनीय असल्या तरी त्यांचा संबंध वाचकाला माहीत असलेल्या पार्श्वभूमीशी जोडल्याखेरीज त्या मनोवेधक ठरत नाहीत असे मला वाटते. 'स्फोट' ही माझी विज्ञानकथा महाराष्ट्र टाइम्स वार्षिक अंक १९७९मध्ये प्रसिद्ध झाली. पृथ्वीजवळ जर एखादा सुपरनोव्हा (स्फोट होणारा तारा) उद्भवला, तर किती हाहा:कार उडेल याचे चित्र या गोष्टीत रंगवलेले आहे. पण त्याला वास्तवतेचे स्वरूप द्यायला अनेक गोष्टींचा विचार करावा लागला.

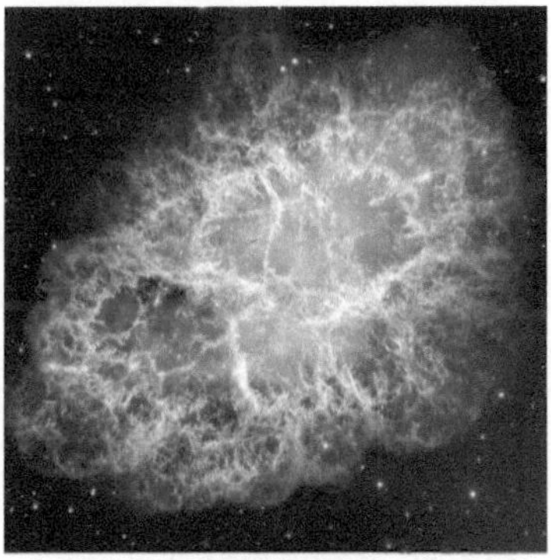

सुपरनोव्हा

उदाहरणार्थ, १०५४ साली पृथ्वीवासीयांना एक सुपरनोव्हा स्फोट होताना पाहायला मिळाला. त्यानंतर आपल्या आकाशगंगेत असे दोन स्फोट झाले, की त्यांची खगोलशास्त्रज्ञांनी नोंद केली. तेव्हा गोष्टीतल्या काल्पनिक सुपरनोव्हाचा स्फोट १०५४पूर्वी असावा आणि त्यातून, जर तो पृथ्वीपासून फार लांब असेल तर कथेच्या दृष्टीने त्याचा फारसा उपयोग नाही, कारण त्याच्या स्फोटाचे परिणाम येथे जाणवणार नाहीत. स्फोटातून जे काही मूलकण बाहेर पडतात, ते फार वेगाने इकडे येतात, असे त्यांचे गणित सांगते. अंतर जर फार लांब असेल तर त्या कणांचा येण्याचा वेग पुष्कळच कमी होतो. पण जर तो स्फोट जवळ झालेला असेल, तर त्याचे परिणाम लगेच जाणवतील. गोष्टीच्या दृष्टीने पृथ्वीवर उडालेला हाहा:कार भविष्यकाळात - पुढील काही शतकांत घडावा अशी अपेक्षा होती. या सर्व गोष्टींचा विचार करून त्या स्फोटाचे अंतर आणि काळ ठरवावे लागले.

अखेर त्या गणितावरून या सर्व गोष्टींचा विचार करून त्या स्फोटाचे अंतर आणि काळ ठरवावे लागले. यावरून मला ठरवता आले की हा स्फोट केव्हा झाला असेल.

त्याप्रमाणे कथानकाचे तीन भाग झाले. भूतकाळ हा काळ हर्षवर्धन सम्राटाच्या वेळचा - अर्थात जेव्हा स्फोट पाहिल्याची नोंद झाली. वर्तमानकाळात - आधुनिक काळात सापडलेल्या अवशेषांतील नोंदींवरून पुढे येणाऱ्या संकटाची मिळणारी सूचना आणि भविष्यकाळात स्फोटावशेषांमुळे नष्ट झालेल्या मानवसंस्कृतीचा पुन्हा झालेला उदय. तर 'स्फोट' ही ताऱ्याच्या दृष्टीने 'क्षणिक' घटना समजली जाते. ताऱ्याचा एकंदर जीवनकाळ कित्येक अब्ज वर्षांचा असतो आणि त्या अब्ज वर्षांच्या आयुष्यात हजार वर्षांचा कालखंड म्हणजे क्षणिक, अल्प समजला पाहिजे. परंतु या ताऱ्याच्या दृष्टीने ही घटना जरी क्षणिक असली, तरी मानवी जीवनाच्या कितीतरी पिढ्या त्याच्याशी संलग्न असतात, ही मूळ कल्पना वाचकांपुढे मांडायचा तो एक प्रयत्न होता.

विज्ञान कथानक कल्पनाशक्ती वापरून किती जरी फुलवले असले, तरी वैज्ञानिक तथ्यांची कास सोडून असू नये. उदाहरणार्थ, प्रकाशाची वेगमर्यादा ओलांडता येत नाही असे गृहीत धरले, तर मानवी आयुष्याच्या अवधीत अंतराळ यानांना फार लांबचे पल्ले गाठता येणार नाहीत. 'प्रेषित' कादंबरी लिहिताना मला ही मर्यादा सांभाळावी लागली व त्यामुळे कथानकावर काही निर्बंध आपोआप आले.

ही उदाहरणे देण्यामागे माझा हेतू हा की, जर विज्ञान कथानक वास्तववादी आणि सुसंगत करायचे असेल, तर विज्ञानाने ठरवून दिलेल्या काही मर्यादा आपोआपच पाळाव्या लागतात. आपल्या साहित्याकडे विज्ञानसाहित्य म्हणून बघितले जावे अशी जर अपेक्षा असेल, तर लेखकाने प्रस्थापित विज्ञानाचा पाया गोष्टीसाठी वापरला पाहिजे.

> विज्ञान कथानक कल्पनाशक्ती वापरून किती जरी फुलवलेले असले तरी वैज्ञानिक तथ्यांची कास सोडून असू नये. विज्ञान कथानक वास्तववादी आणि सुसंगत करायचे असेल, तर विज्ञानाने ठरवून दिलेल्या काही मर्यादा आपोआपच पाळाव्या लागतात. आपल्या साहित्याकडे विज्ञानसाहित्य म्हणून बघितले जावे अशी जर अपेक्षा असेल, तर लेखकाने प्रस्थापित विज्ञानाचा पाया गोष्टीसाठी वापरला पाहिजे.

हा निकष लावल्यास विज्ञानकथा आणि परीकथा किंवा निवळ फँटसी यांच्यातला फरक कळून येतो. उदाहरणार्थ, भयकथा म्हणजे काही विज्ञानकथा असे म्हणता येणार नाही. विज्ञानाची चांगली माहिती असणे हे जरी उत्तम विज्ञानकथेकरिता आवश्यक असले, तरी ते पर्याप्त नसते. कथानक रंगवण्यासाठी जरुरी असणारे इतर गुणही त्याच्यात पाहिजेत. उदाहरणार्थ 'सस्पेन्स' हा प्रकार पुष्कळ विज्ञानकथा रंगवण्यासाठी उपयोगी पडतो. आणि हा प्रकार वापरणे सर्वांनाच जमते असे नाही. मला स्वत:ला त्या बाबतीत पुरते यश मिळालेले नाही, हे प्रांजलपणे कबूल करणे भाग आहे. उत्तम सस्पेन्स कथा लिहू शकणाऱ्यांचा मला या बाबतीत हेवा वाटतो.

विज्ञान हे जिज्ञासेतून निर्माण झाले. विज्ञानामुळे अनाकलनीय गोष्टी समजायला मदत झाली. त्याचप्रमाणे पृथ्वीबाहेरील अफाट अंतराळात ज्या घटना घडतात आणि ज्यांचे आकलन विज्ञानाद्वारे झालेले आहे, अशा घटना पृथ्वीवर घडल्या तर सामान्य माणसाला त्या अनाकलनीय वाटतील. उदाहरणार्थ, सूर्याच्या आंतरिक समतोलात सूक्ष्म असा बदल झाला आणि त्याचे तापमान थोडे खाली आले, तर पृथ्वीवर हिमयुग येऊ शकेल. सकृत्दर्शनी अनाकलनीय वाटणाऱ्या पण विज्ञानाच्या कारणमीमांसेत बसणाऱ्या घटनांसाठी पृथ्वीबाहेर जायला नको. 'जेनेटिक इंजिनिअरिंग' या विषयात जीवशास्त्रात सध्या जे प्रयोग चाललेले आहेत ते अशा कितीतरी घटनांसाठी काल्पनिक कथानके पुरवू शकतील.

परंतु विज्ञानाचा पाया नसेल, तर अशा अनाकलनीय घटनांवर आधारलेले कथानक केवळ भयकथा म्हणूनच ओळखले जाईल. मराठीत विज्ञानसाहित्य कमी असल्यामुळे कधीकधी अशा भयकथाच विज्ञानकथा म्हणून गणल्या जातात, हे मात्र चुकीचे आहे. उलट जर वाचकाला विज्ञाननिष्ठ करावे हा विज्ञानसाहित्यामागचा हेतू असेल, तर तो अशा भयकथांनी साध्य न होता त्याचा वाचकाला अंधश्रद्धेकडे प्रेरित करायला उपयोग होतो.

विज्ञान कथानकाच्या मुळाशी एखादी वैज्ञानिक कल्पना असावी असे जर गृहीत धरले, तर ती कल्पना वाचकाला नीट कळली पाहिजे. कथानकाच्या ओघाओघातून ती स्वाभाविकरीत्या स्पष्ट झाली तर उत्तमच. 'राऊंड द वर्ल्ड इन एटी डेज' या कादंबरीमध्ये जशी मूळ कल्पना स्पष्ट होते, तशी ती विज्ञानकथेतून स्पष्ट झाली पाहिजे. अन्यथा ती विशद करून सांगण्याची जबाबदारी कथेतल्या पात्रांवर येते. रहस्यकथांमध्ये 'आपण हे रहस्य कसे उलगडले' हे बरेच वेळा शेवटी रहस्य उलगडणाऱ्यांकडून स्पष्ट केले जाते. कॉनन डॉएलच्या रहस्यकथांमध्ये शेरलॉक

होम्स हे काम करतो, पण ती केवळ लेक्चरबाजी ठरू नये, म्हणून वाचकांतर्फे प्रश्न विचारावयाचे काम त्याचा मित्र वॉटसन करतो. विज्ञानकथांतही हा प्रकार वापरला जातो. मात्र फरक इतकाच की, 'विज्ञान आपल्याला कळणार नाही' असा सामान्य वाचकाचा ग्रह असल्याने शेवटाचा उलगडा अत्यंत कुशलतेने करावा लागतो.

म्हणून विज्ञान कथानकांतील पात्रांना 'सजीव' करणे आवश्यक असते. कितीही मोठा शास्त्रज्ञ असला, तरी तो मुळात तुमच्या-आमच्यासारखा माणूस असतो हे वाचकाला पटले पाहिजे. इतकेच नव्हे, तर काही अंशी वाचकाने स्वत:चे त्याच्याशी तादात्म्य साधले पाहिजे. इतकेच नव्हे तर काही अंशी वाचकाने स्वत:चे त्याच्याशी तादात्म्य साधले पाहिजे. अशा वर्णनाकरिता लेखकाचा वैज्ञानिकांशी जवळचा संबंध आला असेल तर उत्तमच. कारण प्रत्यक्ष पाहिलेल्या व्यक्तिरेखांतून कथेतील व्यक्तिचित्र उमटवायला मदत होते. पाश्चात्य देशांतील बहुतेक यशस्वी विज्ञान साहित्यिकांच्या बाबतीत (ते जरी स्वत: वैज्ञानिक नसले तरी) अशी परिस्थिती आढळते.

विज्ञानकथा आणि विज्ञान कादंबरी यांच्यातला फरक मला पात्रे रंगवताना जाणवला. शब्दमर्यादेमुळे विज्ञानकथा मात्र पूर्णपणे रंगवता येत नाही. काही निवडक वाक्यांतून व सूचक व्यवहारांतून पात्र सजीव केले जाते. याउलट कादंबरीत लहानमोठ्या घटनांतून पात्र सजीव करायला पुष्कळ वाव असतो. मला स्वत:ला या दृष्टीने कथेचे माध्यम कादंबरीपेक्षा अधिक सोपे वाटते, कारण पात्रांच्या व्यक्तिरेखा आखण्याचे कसब मला अजून साध्य झालेले नाही. कदाचित पुढेमागे अनुभवान्ती होईलही. म्हणून मला असे वाटते की ज्या प्रस्थापित कादंबरीकारांना ही देणगी लाभलेली आहे, त्यांनी विज्ञानकथानकांवर कादंबऱ्या लिहाव्यात. त्यातून मराठीत उत्कृष्ट विज्ञानसाहित्याची निर्मिती होईल.

◆ ◆ ◆

१२.

विज्ञानकथेतील मराठी भाषा

आजकाल अनेक प्रसंगी टीका ऐकायला मिळते की मराठी भाषेवर इंग्रजीचे अतिक्रमण होत आहे. हे अतिक्रमण वापरत्या मराठीत येणाऱ्या इंग्रजी शब्दांच्या स्वरूपात असते. हे अतिक्रमण योग्य आहे का? असल्यास ते सामावून घेऊन मराठी भाषा जास्त समृद्ध होईल का? नसल्यास ते अतिक्रमण कसे थोपवून धरता येईल?

या मुद्द्यावर बरीच चर्चा होत आहे व होत राहणार. मला त्या चर्चेत भाग घ्यायचा नाही. परंतु, विज्ञानकथालेखनात जी मराठी भाषा वापरली जाते, तिचे स्वरूप कसे असावे याबद्दल थोडक्यात मत मांडायचे आहे.

प्रथम, मराठी भाषेत इंग्रजी शब्द ज्या दोन मार्गाने येतात त्यांची दखल घेऊ. खालील वाक्ये पाहा :

- रामचे बोलणे ऐकून श्याम फार एक्साइट झाला.
- तिकिटे सोल्ड आउट झाल्यामुळे आम्ही डिसअपॉइंट झालो.
- गावस्करने ब्रॅडमनचे रेकॉर्ड ब्रेक केले.
- मॅनेजर साहेबांनी फक्त हाफ आवर लंच दिले.
- रेडिओवर नाइन ओ क्लॉक न्यूजमध्ये ही अनाउन्समेंट होती...

अशा वाक्यांत जे अनेक इंग्रजी शब्द आलेत त्या सर्वांचा दर्जा सारखा नाही. रेकॉर्ड आणि रेडिओ हे शब्द असे आहेत ज्यांना पर्यायी मराठी शब्द पूर्वी उपलब्ध नव्हते - अजूनही नाहीत. (रेकॉर्डसाठी वापरला जाणारा 'उच्चांक' हा शब्द माझ्या मते योग्य नाही. कारण अनेक रेकॉर्ड 'नीचांक' स्वरूपाचे असतात. उदाहरणार्थ, सेंच्युरी... चुकलो; शतक काढायला घेतलेला वेळ) असे शब्द घेऊनच मराठी भाषा वाढली आणि समृद्ध झाली.

परंतु 'एक्साइट', 'सोल्ड आउट', 'डिसअपॉइंट' वगैरेंचा वापर आजच्या इंग्रजी माध्यमातील शालेय शिक्षणांचा परिणाम आहे. केवळ

मराठी बोलायचा सराव नसल्यामुळे हे इंग्रजी शब्द तोंडी येतात. याचा अर्थ असा नव्हे की असे धेडगुजरी मराठी बोलणारा अचूक इंग्रजी बोलतो. त्याला इंग्रजी बोलायला सांगितले की त्या भाषेचाही तो खून पाडील.

अशा पार्श्वभूमीवर मराठी विज्ञानकथेच्या भाषेत (मला असे वाटते की) आजच्या विज्ञानयुगात जे वैज्ञानिक शब्द रूढ झाले आहेत, ते परकीय भाषेतील असले तरी जसेच्या तसे घ्यावेत. उदाहरण म्हणून, रॉकेट, कम्प्युटर, कंट्रोल पॅनेल, न्यूक्लिअर रिॲक्टर, मायक्रोवेव्ह, टी.व्ही., व्हिडिओ इत्यादी शब्द मराठी भाषेत असेच वापरले, तर ते इंग्रजीचे अतिक्रमण होणार नाही.

मराठीतील इतर कथाप्रकारांपेक्षा विज्ञानकथांना हा निकष अधिक उपयुक्त आहे. आपल्याला आवडो किंवा न आवडो, वस्तुस्थिती अशी आहे की विज्ञानातील नवनवे शोध आणि तंत्रज्ञानातील आधुनिक निर्मिती हे जगभर इंग्रजीतून प्रसिद्ध होतात. त्यामुळे नवी शब्दनिर्मिती आणि तिला लाभणारी जगन्मान्यता इंग्रजीतून बहुतांशी होते. तेव्हा अशा विज्ञानाच्या पार्श्वभूमीवर लिहिलेल्या कथांमध्ये पारिभाषिक इंग्रजी शब्द आले तरीही बिघडत नाही.

आपल्याला आवडो किंवा न आवडो, वस्तुस्थिती अशी आहे की विज्ञानातील नवनवे शोध आणि तंत्रज्ञानातील आधुनिक निर्मिती, हे जगभर इंग्रजीतून प्रसिद्ध होतात. त्यामुळे नवी शब्दनिर्मिती आणि तिला लाभणारी जगन्मान्यता इंग्रजीतून बहुतांशी होते. तेव्हा अशा विज्ञानाच्या पार्श्वभूमीवर लिहिलेल्या कथांमध्ये पारिभाषिक इंग्रजी शब्द आले तरीही बिघडत नाही.

बहुतेक विज्ञानकथा आधुनिक किंवा भविष्यकालाची चित्रे रेखाटतात. उलट ऐतिहासिक गोष्टींमध्ये भूतकाळाचे चित्रण असते. शिवाजी, बाजीराव यांच्याबद्दलच्या कथानकांत पात्रांच्या तोंडी (ते इंग्रज नसले तर!) इंग्रजी शब्द खटकतील. कारण तेव्हा लोकांच्या भाषेत इंग्रजी शब्द नव्हते. उलट काळानुरूप वातावरणनिर्मितीसाठी त्या काळी प्रचलित असलेले, पण आजकाल वापरांत नसलेले 'माँसाहेब', 'अमात्य', 'गनीम', 'स्वारी', 'इकडून' (नवऱ्याबद्दल) असे शब्द कथेत मुद्दाम घातले जातात. त्याचप्रमाणे योग्य वातावरणनिर्मितीसाठी प्रचलित पारिभाषिक शब्द (कुठल्याही भाषेतले) विज्ञानकथांत घातल्यास हरकत नसावी. जसे विज्ञानकथालेखन हे मराठी साहित्यात नव्याने रुजत आहे; तसेच अशा साहित्याचे समीक्षणही. विज्ञानसाहित्याचे समीक्षण ज्या प्रकारे व्हायला पाहिजे, तसे क्वचितच होताना दिसते. अनेकदा

टीकाकार समीक्षणाचे महत्त्वाचे मुद्दे बाजूला टाकून 'लेखकाने भरमसाठ इंग्रजी शब्द वापरलेत' असा शेरा मारून जातात. मी आताच स्पष्ट केल्याप्रमाणे काही आवश्यक परकीय शब्द वापरणे हा टीकेचा मुद्दा ठरत नाही.

आता शेवटी 'अनावश्यक' शब्दांविषयी! विज्ञानसाहित्य नव्हे, तर प्रतिष्ठित समजले जाणारे इतर मराठी साहित्य अनावश्यक इंग्रजीच्या वापरापासून मुक्त आहे का? प्रख्यात लेखकांनी लिहिलेल्या गोष्टींत आणि लेखांमध्ये इंग्रजी शब्दांची खैरात सापडते. उदाहरणे द्यायची जरूर नाही. आजची प्रकाशने, दिवाळी अंक उघडून पाहा. तशा भाषेत त्या लेखनाचे समर्थन करायचेच झाले, तर असे म्हणता येईल : 'आजच्या अर्बन सोसायटीचे करेक्ट पिक्चर अशाच भाषेतून व्यक्त होते.' ज्या अर्थी टीकाकारांना ही भाषा सोसते, त्या अर्थी एखाद्या विज्ञानकथाकाराने 'कम्प्युटरने राजनच्या विधानाला दुजोरा दिला' असे म्हटले तर त्यांचे पोट का दुखावे?

◆ ◆ ◆

१३.

विज्ञानयुग आणि विज्ञानसाहित्य

कुठल्याही भाषेतील साहित्य ती भाषा वापरणाऱ्या समाजातील घडामोडींनी प्रभावित झालेले असते. साहित्याचा विषय काहीही असो, ते लिहिणारा त्याच्या भोवतालच्या परिस्थितीपासून अलिप्त राहू शकत नाही. एखाद्या पुस्तकाच्या प्रस्तावनेत 'या पुस्तकातील घटना व पात्रे काल्पनिक असून त्यांचा प्रत्यक्षाशी काहीही संबंध नाही.' इत्यादी विधाने सापडतात. त्यांनी कायद्याचे समाधान होत असेल, पण लेखकाने आत्मपरीक्षण केल्यास त्याला अशा विधानात तथ्य नसल्याचे आढळून येईल.

परंतु याचा अर्थ असा नव्हे की, सामाजिक घडामोडींचे संपूर्ण प्रतिबिंब साहित्यात उमटते. एखादी भाषा पुष्कळ विकसित असेल, तर समाजाचे बहुतेक पैलू त्यात उमटतात. परंतु जर काही महत्त्वाचे पैलू त्या भाषेकडून उपेक्षिले गेले, तर त्या बाबतीत तिला असमृद्ध समजले पाहिजे. अशा मापदंडाद्वारे आपण असे म्हणू शकतो की, इंग्रजी भाषा मराठी भाषेपेक्षा अधिक समृद्ध आहे.

मराठीचे अपूर्णत्व सर्वांत जास्त जर कुठे जाणवत असेल, तर ते विज्ञानसाहित्याबाबतीत. विसावे शतक हे विज्ञानाचे शतक म्हटल्यास चूक ठरणार नाही. आइनस्टाइनचा सापेक्षतावाद आणि प्लाँक-आइनस्टाइन-बोर यांचा पुंजवाद हे दोन महत्त्वाचे मूलभूत सिद्धान्त गेल्या शतकाच्या पहिल्या पंधरा वर्षांत भौतिकशास्त्राला मिळाले. अमूर्त गणिताच्या अनेक नव्या शाखा गेल्या शतकात चालू झाल्या. वर्षानुवर्षे न सुटू शकणारे प्रश्न चुटकीसारखे सोडवणारे संगणक गेल्या शतकाच्या उत्तरार्धात निघाले. विश्वाचे विराट दर्शन आणि अणूच्या अंतरंगाचे सूक्ष्म दर्शन मानवाला आज घडत आहे. जीवशास्त्राच्या मुळाशी असलेला डी.एन.ए. रेणू शास्त्रज्ञांना गेल्या शतकातच गवसला. विज्ञानाची ही गरुडझेप तंत्रज्ञानाच्या रूपाने मानवी जीवन अधिक प्रगत, विकसित करायला कारणीभूत ठरली.

त्याचप्रमाणे वैज्ञानिक ज्ञानाचा उपयोग विध्वंसक शस्त्रास्त्रांच्या निर्मितीसाठी केला जाऊ लागला. त्यामुळे पृथ्वीवरील मानवाच्या अस्तित्वालाच धोका उत्पन्न झाला आहे. कुठल्याही पूर्वीच्या शतकांचा कुठल्याही देशाचा इतिहास पाहावा. गेल्या दोन शतकांत मानवी जीवनात आणि सामाजिक परिस्थितीत जितके परिवर्तन घडले, तितके पूर्वी कधीच घडले नव्हते. असे असूनही विज्ञानाच्या या प्रभावी आक्रमणाचा उल्लेख किती मराठी पुस्तकांत केलेला दिसतो? मराठीत विज्ञान-साहित्य-लेखन जवळजवळ नगण्यच आहे.

> सध्याच्या शतकात मानवी जीवनात आणि सामाजिक परिस्थितीत जितके परिवर्तन घडले, तितके पूर्वी कधीच घडले नव्हते. असे असूनही विज्ञानाच्या या प्रभावी आक्रमणाचा उल्लेख किती मराठी पुस्तकांत केलेला दिसतो? मराठीत विज्ञान-साहित्य-लेखन जवळजवळ नगण्यच आहे.

विज्ञान-साहित्य म्हणजे काय? वैज्ञानिक संशोधनाचे प्रबंध किंवा एखाद्या विषयातील पोटशाखेत जागतिक स्तरावरील संशोधनाचा आढावा यांना मी विज्ञानसाहित्यात धरत नाही. परंतु एखादा वैज्ञानिक शोध जनसामान्यांपर्यंत पोचवण्यासाठी लिहिलेले लेख मी विज्ञानसाहित्यात धरेन. अर्थात एखाद्या वैज्ञानिक कल्पनेला मुळाशी धरून त्याभोवती रचलेली कथा किंवा कादंबरी मी विज्ञानसाहित्य म्हणून मानली, तर त्याबद्दल कोणाचा आक्षेप असू नये.

मराठीतील विज्ञानसाहित्याकडे वळण्यापूर्वी मी इंग्रजी भाषेतील काही उदाहरणे घेतो. केवळ एक अपवाद (पहिलाच!) सोडून! १९व्या शतकात विज्ञानयुगाची चाहूल लागली असे म्हणायला हरकत नाही. टेलिग्राफ, टेलिफोन, आगगाड्या, औद्योगिक क्रांती यांचा अनुभव अनेक देशांना झाला होता. या पार्श्वभूमीवर जूल्स व्हर्न याने 'ऐंशी दिवसांत पृथ्वीप्रदक्षिणा'सारखे पुस्तक लिहिले. त्या कादंबरीतील कथानकात वर नमूद केलेल्या वैज्ञानिक साधनांचा उपयोग होताच, परंतु विज्ञान कादंबरी म्हणता येईल, असे त्यात काय होते? पृथ्वीप्रदक्षिणा पूर्वेकडे जात केली, तर दिवस आणि रात्र मिळून २४ तासांहून कमी होतात. आजच्या जेट विमानाने प्रवास करणाऱ्या प्रवाशाला याचा प्रत्यय लगेच येतो. पण जहाजाने हळूहळू प्रवास करताना हे तितकेसे जाणवत नाही. त्यामुळे सबंध पृथ्वीप्रदक्षिणा करून येणाऱ्याचा एक दिवसाचा कालखंड 'वाचतो' या वैज्ञानिक तथ्याचा या कादंबरीच्या कथानकात कौशल्याने उपयोग केला आहे म्हणून तिला विज्ञान कादंबरी म्हटले पहिजे.

जूल्स व्हर्न

जूल्स व्हर्न याने चंद्रावर मानवाच्या स्वारीचे जे वर्णन रेखाटले आहे, त्यात आणि अपोलो स्वाऱ्यांतील अनुभवांत बरेच साम्य आढळले आहे. अशा तऱ्हेचे साम्य लेखकाचे द्रष्टेपण दाखवते. जूल्स व्हर्ननंतरच्या काळात एच.जी. वेल्स याने विज्ञानकथा लेखक म्हणून नाव कमावले. अलीकडच्या काळात आर्थर क्लार्क, आयझॅक ॲसिमॉव्ह, रे ब्रॅडबरी यांसारखे विज्ञानकथा लेखक विज्ञानयुग म्हणजे काय याची वाचकाला आपल्या लेखनाने ओळख करून देतात.

द्रष्टेपणाची उदाहरणे अलीकडच्या काळातही सापडतात. अंतराळयुगाला सुरुवात होण्यापूर्वीच्या काळात आर्थर क्लार्क यांनी भूस्थिर उपग्रहांची कल्पना मांडून त्यांचा दळणवळणासाठी उपयोग करता येईल असे भाकीत केले होते. 'कृष्णमेघ' या आपल्या पहिल्याच विज्ञान कादंबरीत प्राध्यापक फ्रेड हॉएल यांनी रेणूंचे ढग अंतराळात असतील ही कल्पना मांडली होती. तिचा प्रत्यय सूक्ष्मतरंगांचे खगोलशास्त्र वापरात आल्यावर प्रत्यक्ष वेधांनी आणून दिला.

फ्रेड हॉएल

द्रष्टेपणासाठी वैज्ञानिक किंवा तंत्रज्ञ असायला पाहिजे असे नव्हे. ई.एम. फॉस्टर (ज्यांचे पुस्तक 'पॅसेज टू इंडिया' जगप्रसिद्ध आहे.) साहित्यिक होते, विचारवंत होते, पण विज्ञानाचे अभ्यासक नव्हते. मात्र विज्ञान आणि तंत्रज्ञान यांच्या वाढत्या वापरामुळे मानव अधिकाधिक यंत्रावलंबी होत चालला आहे हे त्यांना दिसत होते. सहा दशकांपूर्वी 'यंत्र थांबते' या कथेत त्यांनी एका यंत्रावर मानवी संस्कृती सर्वस्वी अवलंबून आहे, अशा यंत्राची कल्पना करून ते यंत्र थांबल्यावर त्या संस्कृतीचे काय

ई.एम. फॉस्टर

हाल होतील याचे चित्र रंगवले आहे. वीजपुरवठा बंद झाला की, न्यूयॉर्कसारख्या 'अतिप्रगत' शहरातील लोकांचे कसे हाल झाले याचे प्रात्यक्षिक पाहून ती कथा अतिरंजित वाटत नाही.

परंतु विज्ञानाचे मनोरंजक चित्र समाजापुढे उभे करायचे काम अनेक लेखकांनी केले आहे. विज्ञानाची ओळख जनसामान्यांस करून देण्याची प्रथा गेल्या शतकात मायकेल फॅरेडे याने सुरू केली. फॅरेडेने भाषणे, प्रयोग, प्रात्यक्षिके, लेखन आदी करून आपले शोध सोप्या भाषेत समजावून सांगितले. त्या प्रयत्नांतून जन्माला आलेली रॉयल इंस्टिट्यूशन आजही ते काम चोखपणे बजावत असते.

आइनस्टाइन, श्रोडिंजर, थॉम्पसन, जीन्स, एडिंग्टन, हॉएल, वॉटसन आणि क्रिक, बॉडी, डायसन अशी मोठी लेखकमालिका आहे ज्यातील मणी वैज्ञानिक म्हणून चमकले. त्यांना अशा तऱ्हेचे लेखन म्हणजे कमीपणा असे वाटले नाही. त्याचप्रमाणे वॉल्टर सलिव्हन, नायजेल कॅल्डर यांसारख्यांनी विज्ञान पत्रकारितेचे उच्चांक गाठले. विज्ञान फार क्लिष्ट आहे, त्याबद्दल वर्तमानपत्रांत किंवा मासिकांत कसे लिहायचे म्हणून त्यांनी हातपाय गाळले नाहीत. 'सायंटिफिक अमेरिकन' या विज्ञानाला वाहिलेल्या मासिकात 'गणिती खेळ' हे सदर कित्येक वर्षे मार्टिन गार्डनर याने चालवून त्यांत नावीन्य ठेवले.

अशा पार्श्वभूमीवर मराठी साहित्याकडे पाहिले की त्यात विज्ञानसाहित्य किती अल्प प्रमाणात आहे ते दिसून येईल. विज्ञानकथालेखक केवळ हाताच्या बोटांवर मोजण्याइतके आणि प्रतिष्ठित साहित्यिकांमध्ये विज्ञानाबद्दल (आदर असला तरी) एक प्रकारची भीती दिसून येते. विज्ञान म्हणजे आपल्या आकलनापलीकडले असा बहुतेक साहित्यिकांचा ग्रह झालेला असल्याने ते आपली प्रतिभा विज्ञानसाहित्याच्या दिशेने चालवायला धजत नाहीत.

विज्ञानकथालेखनाची ही अवस्था तर विज्ञान समाजापर्यंत मनोरंजक पद्धतीने मांडण्याचे काम किती लोक करतात? सुदैवाने असे लेखन करणाऱ्यांच्या संख्येत वाढ होत आहे. अनेक वृत्तपत्रांत विज्ञानाचे सदर असते. काही नियतकालिकांतदेखील विज्ञानविषयक माहिती सापडते. 'सृष्टिज्ञान'सारख्या नियतकालिकाने तर विज्ञानयुगाची चाहूल खूप आधीपासून ओळखली.

तरीदेखील अद्यापि समाजात विज्ञानाचे पाय रोवलेले नाहीत याची पदोपदी जाणीव होते. खगोलशास्त्र आणि फलज्योतिष यांच्यातला मूलभूत फरक अजून तथाकथित सुशिक्षितांनादेखील कळत नाही हे पाहून मन खिन्न होते. 'तुम्ही फलज्योतिषाला विज्ञान म्हणत नाही याचे कारण तुमची मनोवृत्ती पूर्वग्रहदूषित

आहे' असा आरोप जेव्हा माझ्यासारख्या वैज्ञानिकावर केला जातो, तेव्हा हसावे की रडावे हे कळत नाही. विज्ञानाची शाखा म्हणवून घेऊ इच्छिणाऱ्या विषयाला काही कसोट्यांवर उत्तीर्ण व्हावे लागते. त्या कसोट्या फलज्योतिषाला लावून पाहिल्यावर त्यांत तो विषय अनुत्तीर्ण ठरतो. हे अनेक प्रयोगांती अनेक वैज्ञानिकांनी सप्रमाण सिद्ध केले आहे. असे असून भारताच्या राजधानीत फलज्योतिषाचा आंतरराष्ट्रीय मेळावा भरतो आणि त्यात मंत्रीलोक समर्थनपर भाषणे देतात. यावरून आपल्या समाजाची वैज्ञानिक पातळी किती खालावली आहे, याची जाणीव होते.

वास्तविक, मंत्रीलोक नेतेपद सांभाळत असल्याने ते जसे वागतील तसे समाज वागणार! परंतु मंत्र्यांपेक्षाही खुद्द वैज्ञानिकांतच जेव्हा अंधश्रद्धा सापडतात तेव्हा मात्र मन खिन्न होते. समाजाला वैज्ञानिक दृष्टिकोन म्हणजे काय हे सांगण्याचे काम वैज्ञानिकांचे; पण तेच जर असे वागू लागले, तर आपल्याला या पिढीची आशाच सोडली पाहिजे. विज्ञानजत्रेसारखे उपक्रम आपले उद्दिष्ट गाठतील, पण ते शाळकरी मुलांमध्येच. 'मोठ्या', 'वडील' माणसांत नाही. वडील मंडळींची मते आता पक्की झाली आहेत. त्यात परिवर्तन झालेच, तर ती एक अपवादात्मक गोष्ट ठरेल.

सर्वसामान्य माणसांची (अर्थात भारतातील) एक अशी गोड गैरसमजूत आहे की, आधुनिक विज्ञान आणि तंत्रज्ञान हे आपल्या पूर्वजांना माहीत होते आणि ते वेदादी पुरातन वाङ्मयात समाविष्ट आहे. या बाबतीत वस्तुस्थिती काय आहे ते थोडक्यात नमूद करतो.

जर पुरातन समाज वैज्ञानिकदृष्ट्या अतिप्रगत असेल, तर त्याचे प्रतिबिंब पुरातन साहित्यात सापडायला पाहिजे. पुष्पक विमान, क्षेपणास्त्रे, दूरदृष्टी इत्यादींची प्रत्यक्ष उदाहरणे पुराणात सापडतात. परंतु ती गोष्टींच्या रूपाने आहेत, ज्याला आपण 'गणितीय विज्ञान वाङ्मय' म्हणतो त्या स्वरूपात नाहीत.

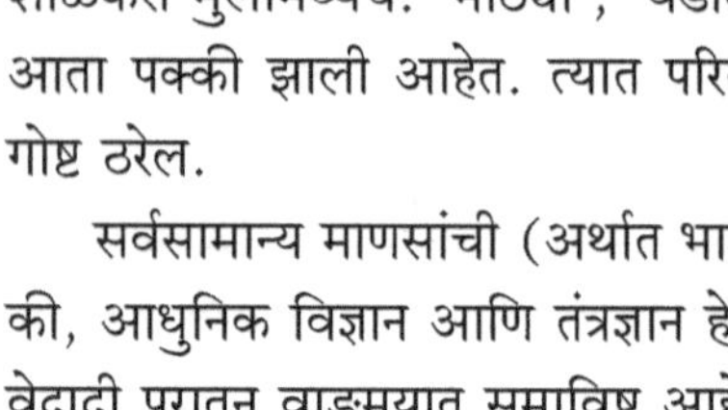

अपोलो-११ अंतराळ यान

हा फरक एका आधुनिक उदाहरणाने स्पष्ट करतो. अपोलो-११ या अंतराळ स्वारीत मानवाने चंद्रावर जाऊन दाखवले. या स्वारीचे सविस्तर वर्णन अनेक वृत्तपत्रांतून आणि नियतकालिकांतून प्रसिद्ध झाले. अशीच चंद्रावरच्या स्वारीतील

हकीगत जूल्स व्हर्नच्या लिखाणात सापडते. समजा, इतर कुठलीही माहिती उपलब्ध नसेल, तर या दोन स्वाऱ्यांपैकी वास्तविक कुठली आणि काल्पनिक कुठली ते सांगता येणार नाही. परंतु जर अधिक खोलात शिरलो, तर आपल्याला अंतराळ तंत्रज्ञानाला वाहिलेले विज्ञान आणि गणिताच्या भाषेत लिहिलेले अनेक प्रबंध, अहवाल आणि अभिलेख सापडतील, ज्यावरून अपोलो-११चे यान कसे तयार केले, त्याची एकंदर यात्रा कशी आखली गेली, अंतराळवीरांना कुठल्या कुठल्या चाचण्यांतून जावे लागले, वगैरे सर्व तांत्रिक माहिती मिळेल. या दुसऱ्या प्रकारच्या माहितीवरून कुठल्याही तंत्रसमृद्ध संस्कृतीला तशी अंतराळयात्रा आखता येईल.

पुराणांतील वर्णने पहिल्या प्रकारची आहेत, दुसऱ्या प्रकारची नाहीत. पुष्पक विमान तयार करायची नियमपुस्तिका (मॅन्युअल) अद्याप उपलब्ध नाही. ब्रह्मास्त्र, अग्न्यास्त्र वगैरे कसे बनवत याची कृती महाभारतात सापडत नाही. उपलब्ध पौराणिक वाङ्मयातून इतकेच निदान करता येते की, ते लिहिणाऱ्यांची कल्पनाशक्ती अचाट होती. परंतु त्यापलीकडे जायला हवा असलेला पुरावा सध्या तरी उपलब्ध नाही.

हा पुरावा का उपलब्ध नाही? याचे कारण बरेच वेळा असे सांगण्यात येते की, आपल्या पूर्वजांनी ती माहिती सांकेतिक भाषेत लिहून ठेवली आहे किंवा ती माहिती नष्ट झाली. अर्थात अशी विधाने तपासून पाहता येत नसल्याने त्यांना वैज्ञानिक तपासणीत काही महत्त्व राहात नाही. तो केवळ ज्याच्या त्याच्या विश्वासाचा प्रश्न उरतो. तसेच, असे विधान जर कोणी केले की 'जर पुराणात ही वर्णने आहेत तर ती कल्पनाशक्ती निर्माण व्हायला खरी वस्तुस्थिती तशी नसणार काय?' तर त्या विधानाला उत्तर म्हणून असे म्हणता येईल की, 'त्या विधानांप्रमाणेच 'स्टार वॉर्स'सारखे चित्रपट तशी संस्कृती पृथ्वीवर आहे असे सांगतात.' वास्तविक हे चित्रपट पूर्णतया काल्पनिक असून त्यांतील वैज्ञानिक भाग जवळजवळ शून्य आहे.

थोडक्यात सांगायचे म्हणजे, आपले पूर्वज वैज्ञानिकदृष्ट्या समृद्ध होते का? या प्रश्नाचे उत्तर वैज्ञानिक पातळीवर देता येईल; मात्र त्यासाठी प्रश्नाच्या 'हो'कारार्थी उत्तराच्या समर्थकांनी कुठल्याही आधुनिक वैज्ञानिक शोधाचे गणितीय तांत्रिक माहितीचे पौराणिक लेखन सादर करावे. कारण शेवटी लेखी पुरावाच हा प्रश्न सोडवू शकेल.

◆ ◆ ◆

१४.

नव्या सहस्रकासाठी हवी आत्मविश्वासाची देणगी

ऑक्टोबर १९६०मध्ये मी केंब्रिज विद्यापीठात संशोधनासाठी विद्यार्थी म्हणून दाखल झालो. त्यापूर्वी त्याच विद्यापीठात गणिताची ट्रायपॉसची परीक्षा देऊन मी बी.ए. डिग्री घेतली होती. गणिताच्या त्या परीक्षेत अनेक विषय असतात. त्यांत खगोलशास्त्र हाही एक विषय असतो. प्राध्यापक फ्रेड हॉएल यांची विश्वाच्या रचनेवरची लेक्चर्स ऐकून मी त्यांच्या मार्गदर्शनाखाली संशोधन करायचे ठरवले होते. त्याप्रमाणे ऑक्टोबरमध्ये हॉएल यांनी सुचवलेल्या काही प्रश्नांचा अभ्यास करायला मी सुरुवात केली.

परंतु जानेवारी १९६१मध्ये माझ्या संशोधनाला एक वेगळीच दिशा मिळाली. त्या महिन्यात केंब्रिज येथील रेडिओ खगोलशास्त्राचे प्राध्यापक मार्टिन राइल यांनी विश्वाचे रेडिओलहरींद्वारा काही वेध पूर्ण केले. त्या वेधांद्वारे त्यांनी असा निष्कर्ष काढला की हॉएल यांनी १९४८मध्ये मांडलेला स्थिरस्थितीच्या विश्वाचा सिद्धान्त चुकीचा आहे. लवकरच लंडनच्या सुप्रसिद्ध रॉयल ॲस्ट्रोनॉमिकल सोसायटीच्या आमसभेत आपला हा निष्कर्ष गाजावाजा करून जाहीर करायचा त्यांनी निर्णय घेतला.

राइल यांनी हॉएल यांना दिलेले एक आव्हानच होते हे! कारण हॉएल व त्यांचे दोन सहयोगी हरमन बॉण्डी आणि टॉमी गोल्ड हे स्थिरस्थिती विश्वाच्या सिद्धान्ताचे जनक होते. ह्या आव्हानाचे चोख उत्तर द्यायला राइल यांच्या वेधांची चाचणी करून खरोखर त्यांतून स्थिरस्थिती विश्वाचा सिद्धान्त टाकाऊ ठरत नाही. हे दाखवणे आवश्यक होते. तसे सिद्ध करून दाखवण्यासाठी हॉएलनी माझी मदत घेतली आणि लवकरच राइलना देण्याजोगे उत्तर आम्हाला सापडले. राइलचे भाषण झाल्यावर हे उत्तर सभेसमोर मांडण्यासाठी रॉयल ॲस्ट्रोनॉमिकल सोसायटीने आम्हाला दहा मिनिटांचा अवधी दिला होता.

अर्थात् हॉएल स्वत:च हे उत्तर सभेसमोर मांडतील असे मी गृहीत धरले होते. परंतु त्यांनी मला आश्चर्याचा धक्काच दिला. ''त्या दिवशी लंडनमध्येच एका कॉलेजात माझे व्याख्यान आधीच ठरले असल्याने मी त्या सभेला हजर राहू शकत नाही. तेव्हा माझ्याऐवजी तूच हे उत्तर मांड.''

हॉएल यांचे हे बोलणे ऐकून मी चाटच पडलो. मी एक नवखा विद्यार्थी, संशोधनाचा काहीच अनुभव नसलेला, अशा महत्त्वाच्या वादात भाग घेऊ शकेन का? मी का-कू करत आहे हे पाहून हॉएल म्हणाले, ''जर आपले गणित बरोबर आहे यावर तुझा विश्वास असेल, तर तुला घाबरण्याचे काहीच कारण नाही.'' दहा मिनिटांच्या थोड्या वेळेत मुद्देसूदपणे आपली बाजू कशी मांडता येईल याबद्दल त्यांनी माझ्याशी चर्चा केली आणि आखाड्यात सोडून दिले.

त्या दिवशी राइलच्या व्याख्यानानंतर जेव्हा मला पाचारण करण्यात आले, तेव्हा मी न घाबरता आमची बाजू मांडू शकलो आणि जाणकार लोकांना तिचा बिनचूकपणा पटवू शकलो.

माझ्या जीवनात हा दिवस महत्त्वाचा वाटतो; कारण त्या दिवशी मला आत्मविश्वास लाभला. वैज्ञानिक वादात स्वत:ची बाजू भक्कम असली, तर प्रतिस्पर्धी कितीही प्रतिष्ठित असला तरी घाबरण्याची आवश्यकता नाही हे मला पटले आणि त्याचे श्रेय मी माझ्या गुरूंना, हॉएलना देतो.

मला वाटते, आत्मविश्वास ही गुरुकडून शिष्याला मिळू शकणारी सर्वांत महत्त्वाची देणगी आहे. आजच्या आपल्या शिक्षणपद्धतीत ही देणगी दुर्मीळ झाली आहे. पाठांतर करून, विषय समजल्याशिवाय शिक्षकाने सोडवून दिलेले प्रश्न जसेच्या तसे उतरवून विद्यार्थ्यांना हा आत्मविश्वास मिळत नाही. 'स्पेशल क्लासेस'ना जाऊन परीक्षेत येणाऱ्या प्रश्नांची उत्तरे कशी लिहावीत हे शिकून तो मिळत नाही.

ज्याप्रमाणे पाण्यात पडल्याशिवाय पोहायला शिकता येत नाही, त्याचप्रमाणे अभ्यासक्रमातले प्रश्न स्वत: सोडवायची ऐपत आल्याशिवाय विषय समजत नाही. प्रतिभावंत विद्यार्थ्यांना चमच्यांनी ज्ञान भरवण्यापेक्षा त्यांच्यामध्ये जिज्ञासेपायी ते स्वत: मिळवण्याची उत्कंठा उत्पन्न करणे आणि त्यासाठी धडपड करण्याची प्रवृत्ती त्यांच्यात आणणे ही शिक्षकापुढे असलेली आव्हाने आहेत.

◆ ◆ ◆

लेखक परिचय

डॉ. जयंत विष्णू नारळीकर

आंतरराष्ट्रीय दर्जाचे संशोधक व शास्त्रज्ञ

- महाराष्ट्रातील कोल्हापूर येथे १९ जुलै १९३८ रोजी जन्मलेले डॉ. जयंत नारळीकर यांचे पदवीपर्यंतचे शिक्षण बनारस हिंदू युनिव्हर्सिटी येथे झाले. १९५७मध्ये त्यांना जे.एन. टाटा शिष्यवृत्ती मिळाली व केंब्रिज विद्यापीठात ते पदव्युत्तर शिक्षणासाठी गेले. तिथे स्टार रँगलरचा प्रतिष्ठित दर्जा मिळवून ट्रायपॉस स्पर्धेतील टायसन मेडल त्यांनी प्राप्त केले. १९६३मध्ये प्रख्यात खगोलशास्त्रज्ञ फ्रेड हॉएल यांच्या मार्गदर्शनांतर्गत पीएच.डी. व १९६७मध्ये केंब्रिजमधील सर्वाधिक प्रतिष्ठित असे ॲडम्स पारितोषिक त्यांना मिळाले.

- १९७२मध्ये डॉ. नारळीकर भारतात परतले आणि टाटा इन्स्टिट्यूट ऑफ फंडामेंटल रिसर्च या मुंबईतील संस्थेत खगोल भौतिकशास्त्राचे प्राध्यापक म्हणून रुजू झाले. या संस्थेत विभागप्रमुख म्हणून १६ वर्षे काम करीत त्यांनी या विभागाला आंतरराष्ट्रीय प्रतिष्ठा मिळवून दिली.

- १९८८मध्ये विद्यापीठ अनुदान मंडळाच्या विनंतीवरून पुण्यात इंटरयुनिव्हर्सिटी सेंटर फॉर ॲस्ट्रॉनॉमी अँड ॲस्ट्रोफिजिक्स (आयुका) उभारण्याची जबाबदारी डॉ. नारळीकरांनी स्वीकारली व १९८९ ते २००३पर्यंत आयुकाचे संचालक म्हणून त्यांनी काम केले. आयुकामध्ये होणारे दर्जेदार कार्यक्रम व येथील खगोल वैज्ञानिक संशोधनामुळे या संस्थेला आंतरराष्ट्रीय कीर्ती लाभली आहे. २०१२मध्ये उत्कृष्ट विज्ञान संस्था स्थापनेसाठी दिला जाणारा थर्ड वर्ल्ड ॲकॅडमीचा पुरस्कार डॉ. नारळीकर यांना मिळाला आहे.

- वैज्ञानिकांनी आपली सामाजिक बांधिलकी विज्ञान बहुजनांपर्यंत पोचवून सिद्ध करावी, असे डॉ. नारळीकर यांचे मत आहे. लेख, भाषणे, विज्ञानकथा, पुस्तके, टीव्हीवरील कार्यक्रम, चित्रपट अशा बहुविध माध्यमांद्वारे त्यांनी मराठी, हिंदी आणि इंग्लिशमधून विज्ञान जनसामान्यांपर्यंत पोचवले आहे. त्यांच्या या कार्याचा गौरव करण्यासाठी युनेस्कोने १९९६मध्ये कलिंग पुरस्काराने त्यांना सन्मानित केले.
- वयाच्या अवघ्या २७व्या वर्षी 'पद्मभूषण', 'पद्मविभूषण', फाय फाउंडेशनचा राष्ट्रभूषण पुरस्कार, महाराष्ट्र शासनाचा 'महाराष्ट्र भूषण' पुरस्कार अशा बहुप्रतिष्ठित पुरस्कारांसह अन्य शेकडो पुरस्कारांचे ते मानकरी आहेत. इंडियन ॲकॅडमी ऑफ सायन्सेस, इंडियन नॅशनल सायन्स ॲकॅडमी, नॅशनल ॲकॅडमी, नॅशनल ॲकॅडमी ऑफ सायन्सेस, इंडिया, थर्ड वर्ल्ड ॲकॅडमी ऑफ सायन्सेस आदि संस्थांचे ते सन्माननीय सदस्य असून रॉयल ॲस्ट्रॉनॉमिकल सोसायटी, लंडनचे ते असोसिएट आहेत.

◆ ◆ ◆

www.ingramcontent.com/pod-product-compliance
Lightning Source LLC
LaVergne TN
LVHW100838051026
849519LV00006B/2339